गोव्याची अशी बाजू ह्या पुस्तकायोगे मांडण्याचा प्रयत्न केला आहे जी स्थानिक गोयकारांना अर्थात गोवेकरांना माहीत असते; परंतु गोव्याबाहेरील लोकांना त्याबद्दल फारशी माहिती नसते. गोवा म्हटलं म्हणजे केवळ मद्यपान, मांसाहार आणि कॅसिनो; गोव्याबद्दलची ही संकल्पना अत्यंत प्रचलित जरी असली तरी ती घोर अज्ञानमूलक आहे, याची गोव्यातल्या दोन वर्षांच्या वास्तव्यात मला पुरेपूर खात्री पटली. एखाद्या गोष्टीचे झालेले विकृतीकरण हेच त्या गोष्टीचे मूळ स्वरूप मानणे म्हणजे स्वत:चीच अक्षम्य दिशाभूल करून घेणे आणि तशाच अज्ञानावस्थेत आनंद मानणे होय. गोव्याच्या अशा विकृतीकरणामुळे गोव्याचे खरे स्व-रूप पूर्णपणे झाकोळले गेले आहे असे ठामपणे सांगावेसे वाटते. गोव्याच्या नैसर्गिक सौंदर्यामुळे आणि 'इट, ड्रिंक अँड बी मेरी' छाप उथळ प्रचारकी जाहिरातींमुळे गोव्याच्या खऱ्या अंतरंगाकडे पर्यटकांचे लक्ष जात नाही. जाणे शक्यच नाही. गोव्याचे बाह्यशरीर दिसते. आत्मा दिसत नाही. एखादी गोष्ट तिच्या खऱ्या, मूळ स्वरूपात न दिसता भिन्न दिसणे, याला विवेकचूडामणि मध्ये अध्यास असा शब्द आहे. दिव्यावरची काजळी काढावी तसा गोव्याबद्दलचा हा अध्यास दूर केल्यासच खरा गोवा दृष्टिगोचर होईल.

गोवा

... मला दिसलेला

सुधीर देशपांडे

मेहता पब्लिशिंग हाऊस

Please contact us at **Mehta Publishing House Pvt. Ltd.**
✆ +91 020-24476924 / 24460313 / Mob. No. 9545000513
Email : production@mehtapublishinghouse.com
Website : www.mehtapublishinghouse.com

- *या पुस्तकातील लेखकाची मते, घटना, वर्णने ही त्या लेखकाची असून त्याच्याशी प्रकाशक सहमत असतीलच असे नाही.*

GOA ...MALA DISLELA by SUDHIIR DESHPANDE
गोवा ...मला दिसलेला : सुधीर देशपांडे / अनुभवकथन

author@mehtapublishinghouse.com
संस्थापक : सुनील अनिल मेहता

प्रकाशक : मेहता पब्लिशिंग हाऊस प्रा. लि.
१९४१ सदाशिव पेठ, माडीवाले कॉलनी, पुणे ४११०३०.

मुद्रक : ट्रिनिटी अॅकॅडमी फॉर कॉर्पोरेट ट्रेनिंग लिमिटेड

मुखपृष्ठ व
आतील चित्रे : राजेंद्र नेवासकर

प्रथमावृत्ती : जून, २०२२

किंमत : ₹ २३०

P Book ISBN 9789394258013
E Book ISBN 9789394258020
E Books available on : amazonkindle Apple Books Google Play Books

---

ज्यांनी ज्यांनी आपल्या कलागुणाने, बुद्धिवैभवाने, कर्तृत्वाने, सेवाभावी वृत्तीने आणि असामान्य प्रतिभेने गोव्याचे नाव जगाच्या नकाशावर नेऊन ठेवले आहे त्या समस्त गोवेकरांना अर्पण...

प्रस्तावना

सुधीर देशपांडेंचे पुस्तक हातात आल्याबरोबर चाळून बघायचा मोह काही आवरला नाही. सहज पाने उघडून बघितली आणि पहिलाच लेख बघून खूश झालो. गोवेकरांचे पावावरचे प्रेम सगळ्यांनाच माहीत आहे. पण ते अचूक शब्दांत टिपणे देशपांडेंना छान जमलेय. कामासाठी सहा वर्षे मला मुंबईला राहावे लागले होते, पण जेव्हा जेव्हा आम्ही गोव्याला यायचो, आम्ही पोहोचण्यापूर्वी भाजीपाव घरी आमच्या येण्याची वाट बघत असायचा. गोवेकरांना हे सगळे साहजिकच वाटेल, यांत वेगळे काहीच वाटणार नाही. पण देशपांडेंनी गोव्याचे हे वेगळेपण निरखून ते छान रेखाटलेय. त्यांचे हे निरीक्षण अगदी स्तुत्य आहे. 'पाव' या शब्दावरच्या त्यांच्या कोट्या त्यांच्या तल्लख विनोदबुद्धीचे दर्शन घडवितात.

गोव्यातील पोर्तुगीज वास्तुरचनेने देशपांडेंना थोडी भुरळ घातली असावी. या घरांतील बाल्कांव, आझुलेज, साल, भिंतींचे रंग ह्यांचे वर्णन त्यांनी छान केलेय. गोव्यातले चर्चही ते आपल्या डोळ्यांसमोर उभे करतात. ह्यांत एक उणीव भासली ती ह्या वास्तुंना शोभा देणाऱ्या गोव्याच्या खास खिडक्यांची. 'मदर ऑफ पर्ल' शिंपल्यांपासून बनवलेल्या या खिडक्या सूर्याच्या अतिनील किरणांपासून आतल्या घराचे रक्षण करतात आणि फक्त मृदु मुलायम प्रकाश आत सोडतात. पण गोव्यातील सगळ्याच घरांची रचना पोर्तुगीज वास्तुरचनेप्रमाणे नाहीये हे मात्र इथे वाचकांसाठी नमूद करावे असे वाटते. बहुतेक हिंदू घरांची रचना भारतीय आहे, अंगण आणि अंगणातील तुळशी सकट.

जंबल सेल आणि त्यातून निपजणाऱ्या अर्थशास्त्राचे महत्त्व, बुक डिस्कशन्स् आणि या कार्यक्रमाच्या विविध छटा, मारिओ मिरांडांची

गोवन चित्रे, गोव्यातल्या केशरचना, गोव्याची सेंट्रल लायब्ररी हा सगळा खजिना देशपांडे आपल्यासमोर अलगद उघडतात. मारिओ मिरांडांच्या चित्रांतून देशपांडे गोव्याची ओळख वाचकांना करून देतात. सायकलवरून चाललेला पोदेर, परदेशातून आलेले पर्यटक, गोव्याचा अप्रत्याशित पाऊस, सुशेगाद गोयकार, उपाहारगृहातले वातावरण, नुस्तेकान्न (कोळीण) ह्या सगळ्या व्यंगचित्रांचे वर्णन करून देशपांडे गोव्याचे एक आगळे वेगळे चित्र आपल्या डोळ्यांसमोर उभे करतात. सेंट्रल लायब्ररीचे जे चित्र त्यांनी रेखाटले आहे ते वाचून चोखंदळ वाचकांना गोव्यात आल्यावर सेंट्रल लायब्ररीचे आतून दर्शन घ्यायची तीव्र इच्छा उत्पन्न झाली तर नवल ते काय?

सुशेगाद गोयकाराच्या व्यक्तिमत्त्वाच्या कितीतरी छटा त्यांनी दाखवल्या आहेत. शांत, संपूर्ण, कलासक्त, संगीतवेडा, उत्सवप्रिय, समाधानी, मत्स्यप्रेमी, उत्साही! त्यांच्या मते सुशेगाद म्हणजे तृप्तियुक्त विरक्ततेने स्थितप्रज्ञ झालेला माणूस. सुशेगाद गोयकार असाच आहे, रसिक आणि विरक्त!

उत्सवप्रिय गोयकारांवर लहानपणापासून हिंदू, ख्रिश्चन आणि इस्लाम अशा तिन्ही धर्मांचे संस्कार झालेले असतात. ते कार्निवल आणि शिगमो दोन्ही तेवढ्याच उत्साहाने साजरा करतात. भारतात कार्निवल फारसा परिचित नाही. पोर्तुगीज राजवटीमुळे गोव्यात कार्निवल आला. गोव्याचा कार्निवल देशपांडेंनी सुरेख साकार केलाय. शिगमोत्सवाचेही वर्णन त्यांनी सुरेख केलेय. ढोल ताशांचा आवाज, छत्र चामरे आणि धनगरांचे लोकनृत्य तसेच घोडेमोडणी, गोफ, फुगड्यो इत्यादी लोकनृत्य, देशपांडे वाचकांना शिगम्याच्या तालावर मस्त रंगवतात. गणेशचतुर्थी हा गोव्यातील हिंदुंचा मोठा सण. दिवाळीपेक्षा गणेशचतुर्थी गोव्यात मोठ्या प्रमाणावर साजरी केली जाते. घरोघरी गणपती बसवतात. गणेशचतुर्थीला ख्रिश्चन लोकं हिंदू दोस्तांना भेट देतात, तर नाताळाच्या दिवशी हिंदू आपल्या ख्रिश्चन मित्र मैत्रिणींना शुभेच्छा द्यायला त्यांच्याकडे जातात. नाताळाचे वर्णन छान केले आहे. येशुला गोव्यात जेजू म्हणतात. येशुचा जन्म दाखवून क्रिब करण्यात येते. ही सगळीं चित्रे सुंदर सादर केली आहेत.

गोव्याचा पाऊस! त्याचे वर्णन करावे तेवढे थोडेच आहे. ज्याला

वर्णिताना कुणाचीही लेखणी थकावी असा हा गोव्याचा पाऊस. देशपांडेंनी ह्या पावसात आपले पुस्तक भिजवून घेतले नसते तर ते अपूर्णच राहिले असते. पण गोव्याच्या या पावसाला बोलका करून एक सुंदर नादब्रम्ह त्यांनी आपल्यासमोर सादर केले आहे. 'गोव्यातला श्रावण बोरकरांचा' हे वाचताच कुठल्याही गोयकाराला पटकन समजेल की देशपांडेंना गोव्याचा पाऊस अगदी छान उमगलाय. गोव्याच्या पावसाला देशपांडेंनी 'मेघमल्हारी सृष्टिमहोत्सव' म्हटले आहे. बोरकरांनी या 'सरीवर सरी' घेऊन येणाऱ्या पावसाला 'सोन्या-चांदीच्या धारा' म्हटलेय आणि त्यांच्या शब्दांत पावसात 'सृष्टिला पाचवा महिना' लागलेला असतो. पाचवा शब्दाचा दुसरा कोकणी अर्थ हिरवा. पावसाळ्यातल्या ह्या हिरवेगार गोव्याचे वर्णनही देशपांडेंनी खूप छान केले आहे. विशेषत: 'भातागरांचे'! हे पर्जन्यसूक्त डोळे आणि कान या दोन्ही ज्ञानेंद्रियांना सुखावणारे आहे.

पुस्तकाची सांगता 'संगीतमय गोवा' या भैरवीने झाली आहे. गोवेकरांवर झालेल्या संगीताच्या भरजरी संस्कारांचे त्यांनी मुक्त कंठाने वर्णन केले आहे. आणि गोव्यातल्या खाणीतल्या गानरत्नांचाही आदरयुक्त उल्लेख केला आहे. गोव्याच्या संस्कृतीची एक झलक देशपांडेंनी या पुस्तकात दाखवली आहे. अवघ्या दोन वर्षांच्या त्यांच्या गोव्यातल्या वास्तव्यात त्यांनी गोवा भरभरून पाहिला, आणि वेळ काढून अभ्यासला. देशपांडे म्हणतात की गोव्याचा बे-नझीर नूर बघायचा असेल तर आरस्पानी दृष्टी हवी. ही आरस्पानी दृष्टी त्यांना लाभली म्हणूनच गोव्यातल्या पावापासून संगीतापर्यंत अनेक गोष्टीतले सौंदर्य त्यांनी पाहिले. गोव्याच्या या सौंदर्याने त्यांना असे गोवून ठेवले. त्यांच्या अंतर्मनातली ही ऊर्मी त्यांच्या लेखणीद्वारा कागदावर उमटली आणि या ऊर्मीला नवा अर्थ लाभला.

गोव्याची खोली वाचकांना माहीत व्हावी म्हणून त्यांनी केलेला हा प्रयत्न सर्वार्थाने सफल व्हावा हीच इच्छा.

— न्यायमुर्ती महेश सोनक
मुंबई उच्च न्यायालय

मनोगत

वकिली करत असताना तीन रहस्यमय कादंबऱ्या आणि मालमत्ताविषयक कायद्यावर आधारित एक पुस्तक लिहून बरीच वर्षे झाली होती. त्यानंतर स्पर्धा परीक्षेद्वारे जिल्हा न्यायाधीश म्हणून निवड झाली आणि धुळे येथे ऑक्टोबर २०१४ मध्ये रुजू झालो. पहिलंच पोस्टिंग असल्याने धुळ्याला न्यायालयीन कामकाज आणि त्यातले बारकावे, यांवरच लक्ष केंद्रित केल्याने अवांतर काहीच लिहून झाले नाही. धुळ्याची तीन-सव्वातीन वर्षे कधी आणि कशी निघून गेली ते कळले देखील नाही. आपला छंदच आपले करिअर असेल तर दिवसामागून दिवस आणि वर्षांमागून वर्षे कशी जातात ते समजत नाही. धुळ्याहून पणजी-गोवा येथील मुंबई उच्च न्यायालयात निबंधक-प्रशासन म्हणून थेट बदली झाली. फेब्रुवारी २०१८ मध्ये गोव्यात प्रथम पाऊल ठेवले. त्या अगोदर गोव्याला कधी जाणे झाले नव्हते. गोव्याबद्दल किंचित वाचन आणि प्रचंड ऐकीव माहिती एवढेच जुजबी ज्ञान होते. तेही एक पर्यटन स्थळ म्हणून. गोव्याला खूप निसर्गसौंदर्य आहे, खूप सुंदर समुद्रकिनारे आहेत, गोव्याला काजू भरपूर असतात, हे गोव्याबद्दलचे प्राथमिक मत होते. तसे ते सर्वसाधारणपणे सगळ्यांचेच असते. परंतु दोन वर्षांच्या वास्तव्यामुळे गोवा जवळून समजला आणि गोव्याबद्दलची आपली माहिती फार म्हणजे फारच तोकडी, अर्धवट होती याची शाश्वत जाणीव झाली.

अथातो गोवाजिज्ञासा! असे म्हणून गोव्याबद्दलची जिज्ञासा सुरू झाली आणि अखेरीस अनुभूती आली, आपण समजतो तेवढा गोवा निसर्गसौंदर्यापुरता मर्यादित नाही. गोवा फार मोठा आहे. गोवेकरांनी गोव्याला सर्वच अंगाने फार समृद्ध केले आहे. जगाच्या नकाशावर

नेऊन ठेवले आहे. प्रतिमेपेक्षा प्रतिभा विशाल असलेले अनेक गुणी लोक असलेला हा प्रदेश. गोव्याला वर्षभर साधारणपणे जे सांगीतिक, साहित्यिक, कलाविषयक, चित्रपटविषयक, नाट्यविषयक, पर्यावरणविषयक, संस्कृतीविषयक, धर्मविषयक, छंदविषयक शेकडो उपक्रम अव्याहतपणे चालू असतात ते पर्यटकांना कदाचित माहीत नसावेत. हा गोव्याचा आत्मा आहे. कोणताही पर्यटक गोव्याला येतो आणि चार-पाच दिवसांत निघून जातो. काही पर्यटक दरवर्षी देखील गोव्याला येत-जात असतील. पण अशा पर्यटकांना देखील संपूर्ण वर्षभरात गोव्यात काय चालते ते समजू शकणार नाही. ते किमान थोडेफार तरी समजण्यासाठी हा एक लहानसा प्रयत्न. गोव्याची लांबी रुंदी सगळ्यांना माहीत होते. पण गोव्याची खोली माहीत व्हावी त्यासाठी केलेली ही एक अल्प उठाठेव. 'हज़ारों साल नर्गिस अपनी बेनूरी पे रोती है, बड़ी मुश्किल से होता है चमन में दीदावर पैदा.' हा शेर गोव्याच्या आंतरिक, कलात्मक, साहित्यिक, सांगीतिक, सांस्कृतिक सौंदर्याला चपखलपणे लागू पडतो. दीदा म्हणजे डोळे, दृष्टी. गोव्याचा बे-नझीर नूर बघावयाचा असेल तर आरस्पानी दृष्टी हवी.

गोव्याबाबतचे माझे दोन अंदाज सपशेल चुकले. एक म्हणजे, गोव्याला शुद्ध शाकाहारी माणसाचे प्रचंड हाल होतात असे बऱ्याच जणांकडून ऐकले होते. परंतु तसे अजिबात झाले नाही. गोव्यामध्ये शुद्ध शाकाहारी माणूस अगदी आनंदात वाढू शकतो, हे समजून आले.

दुसरं म्हणजे, गोव्याला राहावयास गेल्यावर माझी अशी समजूत होती, सुटीच्या दिवशी वगैरे मनसोक्तपणे गोवा पाहता येईल. भटकंती करता येईल. वगैरे वगैरे. परंतु झाले भलतेच. एखादा पर्यटक तीन दिवसात जेवढा गोवा पाहू शकेल तितका आम्ही दोन वर्षात तिथे वास्तव्य असून देखील पाहू शकलो नाही. याचे कारण अतिकार्यबाहुल्य. चांगलेच आठवते, कामातून मान वर काढायला उसंत मिळत नसे. कधी राजशिष्टाचारानुसार एक तासभर अंतरावरच्या गोव्याच्या विमानतळावर जावे लागले तर त्यावेळी देखील जाता-येता गाडीत शिपाई सोबतीला घेऊन मी फायलींचा गठ्ठा नेऊन गाडीतच निपटारा करीत असे. एवढा कामाचा व्याप होता. पण त्या अतिकार्यबाहुल्यात एक मोठे समाधान, एक वेगळाच आनंद असायचा. गोव्याने मला

कामात गोवून ठेवले. एखाद्या गोष्टीत 'गोव'ले जाणे म्हणजे काय ते शब्दशः समजले. त्यामुळे अखेरीस गोव्यात असतानाच ठरवून टाकावे लागले, गोव्याहून बदली झाल्यावर पुढे कधीतरी वेळात वेळ काढून गोव्याला टूरिस्ट म्हणून यावे आणि मग गोवा-पर्यटन करावे. मला आठवते, २०१८ च्या नाताळात जो काही थोडाफार वेळ मिळत गेला त्या वेळात मी, अजिबात वेळ न गमावता, घरात आणि सेंट्रल लायब्ररी मध्ये बसून माझा पीएचडीचा प्रबंध पूर्णत्वास नेला होता. तसेच या लायब्ररीत बसून किंवा पुस्तके घरी आणून त्याचा अधाशीपणे अगदी अल्पवेळात फडशा पाडणे नित्यनियमाचे झाले होते. त्यामुळे, लायब्ररीला प्राधान्य मिळत गेल्याने फारसे पर्यटन होऊ शकले नाही.

परंतु गोव्याच्या वातावरणात काहीतरी खास आहे, एवढं मात्र नक्की. त्या वातावरणाचा परिणाम म्हणूनच की काय तब्बल तीन वर्षे रखडलेला पीएचडीचा प्रबंध गोव्यात पूर्ण तर झालाच झाला; पण त्यानंतर काही दिवस सरल्यानंतर लगेच नव्या लिखाणासाठी प्रचंड ऊर्मी माझ्यात निर्माण होऊ लागली. मनात विषयांची गर्दी होऊ लागली. आणखी एखादी कादंबरी लिहावी की काय, असे वाटू लागले. किंवा कायदेविषयक कोणत्यातरी विषयावर लिहावे काय, असे वाटू लागले. परंतु, अनुभव असा आहे, कृत्रिमरित्या लेखकाला काहीच सुचत नाही आणि लिहिताही येत नाही. त्यासाठी प्रचंड मनोभूमिका तयार व्हावी लागते. आपोआप. ठरवून, कृत्रिमरित्या काहीच लिहिता येत नाही. एखादे वेळी अंगात संचारल्यासारखे होते आणि कागदावर सरसरपणे शब्द उमटू लागतात. तेव्हा मात्र आपोआप सुचत जाते. तेव्हा, त्यावेळी कितीही विचार केला तरी पुढच्या कादंबरीसाठी किंवा कायदेविषयक लिखाणासाठी लेखणी सरसावत नव्हती. याचा सरळ अर्थ असा होता की अंतर्मनामध्ये कुठला तरी वेगळा विषय खुणावत होता; परंतु तो बाह्य मनामध्ये येत नसल्यामुळे सुचत नव्हता. विषय समजत होता पण उमजत नव्हता.

सन २०१८मध्ये प्रथमच गोव्यातला मेघमल्हारी पाऊस अनुभवायला मिळाला. असे वाटते, कदाचित त्या वेळी लिखाणाचे बीज मनात रोवले गेले असावे. परंतु त्याला अंकुर फुटला नसावा. पुढचा म्हणजे सन २०१९ चा पावसाळा सुरू झाला आणि ही लेखनाची ऊर्मी इतकी

प्रचंड वाढली की पावसाळा सरताच लेखणी सळसळ करू लागली. पावसाळ्याच्या अखेरच्या दिवसात एकदा विमानतळाकडून निवासस्थानाकडे भर पावसात प्रवासाचा एक योग आला. अजुनही आठवते, बाहेर तुफान पाऊस पडत होता. गोव्याचा पाऊस. मी गाडीच्या खिडकीतून नजर लावून सर्व निसर्गदृश्ये मनसोक्तपणे लुटत होतो, मनात साठवून ठेवत होतो...आणि तेवढ्यात, अक्षरश: युरेका युरेका असे मला झाले. लिखाणासाठी विषय मला गवसला होता. त्याचक्षणी. ती निसर्गदृश्ये बघत असतानाच. धावत्या गाडीतच. आणि तो विषय होता साक्षात गोवा! हाच तो विषय होता जो अंतर्मनात रुंजी घालत होता; परंतु बाह्य मनात येत नव्हता. विषय समजत होता पण उमजत नव्हता ही जी अवस्था होती ती आता संपली होती. जलधारांचे निमित्त झाले आणि विषय अचानक प्रकट झाला, उमजला.

विचार केला, गोव्यावर लिहायचेच ठरले असले तरी केवळ एखादे पर्यटन विषयक पुस्तक लिहिण्यात मजा नाही. तशी शेकडो पुस्तके वाचकांसाठी उपलब्ध आहेत. त्यात आणखी एकाची सपक भर नको. आणि अगोदरच म्हटल्याप्रमाणे, गोवा पहायलाच उसंत न मिळाल्याने गोवा-पर्यटनावर लिहिणे शक्यच नव्हते. प्रत्यक्ष हिंडून फिरून मग पर्यटनावर लिहिले तरच त्यात वास्तवता येते. घरात बसून पर्यटन स्थळांविषयी लिहिणे म्हणजे हिवाळ्यात शेकोटीच्या चित्रावर शेकत बसण्यासारखं आहे. त्यामुळे, विषयात वास्तवतायुक्त वेगळेपण आणि आशयात कुतूहलतावर्धक काहीतरी हवे यासाठी बऱ्याच विचारांती मग बाहेरच्या लोकांनी न पाहिलेला किंवा त्यांना न दिसलेला गोवा लिहिण्याचे मी ठरविले. अनेक लोकांकडून सहजपणे मिळालेली ऐकीव माहिती आणि वेळोवेळी या ना त्या कारणाने वाचावयास मिळालेले लेख आदी हेच या पुस्तकाचे प्रमुख स्रोत आहेत. जेथे जेथे काही स्थळांचे अथवा कार्यक्रमांचे संदर्भानुरूप उल्लेख आले असतील ती सर्वच्या सर्व स्थळे वा कार्यक्रम मी बघू शकलो नाही. आणि त्यामुळे, हे पुस्तक गोव्याला 'कायकाय बघण्यासारखे' आहे यावर नसून गोव्यात वर्षभर 'कायकाय चालते' यावर आहे, असे स्वच्छपणे नमूद करू इच्छितो. तसेच, हेही नमूद करतो की गोव्यात वर्षभर जेवढे उपक्रम, कार्यक्रम चालतात किंवा गोवन जीवनपद्धतीबद्दल इतरही

अनेक सांगण्यासारख्या ज्या अनेक बाबी आहेत, त्या सर्व या पुस्तकात समाविष्ट करणे केवळ अशक्य. हे पुस्तक म्हणजे गोवन जीवनपद्धती आणि संस्कृती यांची एक झलक आहे, असं फार तर म्हणता येईल.

गोव्याची अशी बाजू ह्या पुस्तकायोगे मांडण्याचा प्रयत्न केला आहे जी स्थानिक गोयकारांना अर्थात गोवेकरांना माहीत असते; परंतु गोव्याबाहेरील लोकांना त्याबद्दल फारशी माहिती नसते. गोवा म्हटलं म्हणजे केवळ मद्यपान, मांसाहार आणि कॅसिनो. गोव्याबद्दलची ही संकल्पना अत्यंत प्रचलित जरी असली तरी ती घोर अज्ञानमूलक आहे, याची गोव्यातल्या दोन वर्षांच्या वास्तव्यात मला पुरेपूर खात्री पटली. एखाद्या गोष्टीचे झालेले विकृतीकरण हेच त्या गोष्टीचे मूळ स्वरूप मानणे म्हणजे स्वत:चीच अक्षम्य दिशाभूल करून घेणे आणि तशाच अज्ञानावस्थेत आनंद मानणे होय. गोव्याच्या अशा विकृतीकरणामुळे गोव्याचे खरे स्व-रूप पूर्णपणे झाकोळले गेले आहे असे ठामपणे सांगावेसे वाटते. गोव्याच्या नैसर्गिक सौंदर्यामुळे आणि 'इट, ड्रिंक अँड बी मेरी' छाप उथळ प्रचारकी जाहिरातींमुळे गोव्याच्या खऱ्या अंतरंगाकडे पर्यटकांचे लक्ष जात नाही. जाणे शक्यच नाही. गोव्याचे बाह्यशरीर दिसते. आत्मा दिसत नाही. एखादी गोष्ट तिच्या खऱ्या, मूळ स्वरूपात न दिसता भिन्न दिसणे, याला विवेकचूडामणि मध्ये अध्यास असा शब्द आहे. दिव्यावरची काजळी काढावी तसा गोव्याबद्दलचा हा अध्यास दूर केल्यासच खरा गोवा दृष्टिगोचर होईल. गोव्याचे मूळ स्व-रूप, मूळ संस्कृती, गोव्याची अभिजात ओळख हलक्या-फुलक्या शब्दांत लोकांसमोर आणण्याचा एक अल्पसा प्रयत्न करावा, असे मनात आले आणि मग तसा संकल्पच सोडला. चार महिन्यांच्या पावसाने सृजनशीलतेला चांगलेच भरते आलेले होते.

परंतु विषय मनात प्रकट होऊन देखील काही उपयोगाचे नव्हते. कारण वेळ कुठून आणणार. सांप्रत काळ असा आहे, एकवेळ पैशाचं सोंग आणता येईल पण वेळेचं सोंग आणता येणार नाही. वेळेची अनेक गणिते मनात मांडली. परंतु कोणत्याच गणितात पुस्तकाचे लिखाण बसत नव्हते. कार्यालयीन कामाला प्राथमिकता देणे हा माझा साहजिक धर्म होता. त्यामुळे पुस्तक लिखाणाचा विषय दुय्यम ठरत होता. मागे पडू लागला होता. बॅकसीटवर जाऊन बसला होता. परंतु,

एके दिवशी अचानक वीज चमकली आणि मनात विचार आला दररोज पहाटेच उठून लिखाण केले तर! आणि खरोखरच हा विचार फार महत्त्वाचा ठरला. मला आठवते, सप्टेंबर २०१९ पासून पहाटे पाच वाजता उठण्याची ही जी उत्तम सवय लागली ती आजतागायत तशीच आहे. मग काय, दररोज सकाळी साडेपाच ते साडेसात असे दोन तास लिखाण करू लागलो. दिसामाजी काहीतरी ते लिहावे, प्रसंगी अखंडित वाचीत जावे..समर्थांची ही उक्ती किती सार्थ आहे.

बघता बघता गोव्यातले जे विषय डोक्यात होते ते लिहून झाले. योगायोग असा, की पुस्तकाचा कच्चा खर्डा लिहून झाला आणि जानेवारी २०२० मध्ये बदलीची ऑर्डर आली. वसई येथे मूळ कॅडरमध्ये म्हणजे जिल्हा न्यायाधीश म्हणून बदली झाली होती. वसईमुळे फार आश्चर्य वाटले. गोवा आणि वसईमध्ये कमालीचे साम्य आहे. दोन्ही ठिकाणी पोर्तुगीजांचा अंमल होता. फरक इतकाच की, गोव्यात पोर्तुगीजांचे साम्राज्य तब्बल साडेचारशे वर्षे टिकू शकले. वसईला मात्र पोर्तुगीजांना चिमाजीअप्पांकडून धूळ खावी लागली. १६ मे १७३९ रोजी पोर्तुगीजांनी चिमाजी अप्पांपुढे अक्षरशः शरणागती पत्करली आणि वसईवरचा पोर्तुगीजांचा तब्बल दोनशे वर्षांचा अंमल संपुष्टात आला. वसईचा किल्ला या खड्या इतिहासाची साक्ष देतो. चिमाजीअप्पांचा पराक्रम आणि थोरवी वसईत आजही दैवतासमान आहे. पोर्तुगीज अंमलाच्या गोवासदृश्य पाऊलखुणा मात्र अजूनही वसईमध्ये दिसून येतात. ख्रिश्चन लोकसंख्या आहे. पूर्वीची चर्चेस आणि कॅथेड्रल आहेत. दोन्हीकडे समुद्रकिनारे आहेत. आहार-विहार सर्वसाधारणपणे सारखेच आहेत. गोव्यात जो धार्मिक बंधुभाव दिसून आला, तसाच वसईतही आहे. गोव्यात आणि वसईत एकच फरक मात्र प्रामुख्याने जाणवतो तो म्हणजे गोव्यात इंग्रजीचे जेवढे प्रचलन झाले आणि इंग्रजीतूनच जितके संभाषण चालते, तितके वसईमध्ये नाही. वसईमध्ये वागण्या-बोलण्यात उलट अस्खलित मराठीचे नमुने बघावयास मिळतात. असो.

पुढे मग वसईला रुजू झाल्यानंतर न्यायिक कामावर पकड घेण्यात एक महिना गेला. थोडीफार पकड बसली. बरेच जामीन अर्ज आणि काही दिवाणी प्रकरणे निकाली काढली. त्यामुळे पुस्तकाचा कच्चा खर्डा तसाच राहून गेला. रुजू झालो तेव्हा वसईला चार जिल्हा

न्यायाधीश, दोन वरिष्ठ स्तर दिवाणी न्यायाधीश आणि पाच प्रथमवर्ग न्यायदंडाधिकारी कार्यरत होते. पुढच्या दोन-तीन महिन्यात आणखीन दोन वरिष्ठ स्तर दिवाणी न्यायाधीश रुजू होणार होते. या सर्व आस्थापनेवर मी जिल्हा न्यायाधीश-१ असल्याने न्यायिक कामकाजासोबत प्रशासकीय कामाचाही मोठा भार होता. त्यामुळे न्यायिक आणि प्रशासकीय कामातून डोके बाहेर काढायला वेळ मिळत नव्हता. गोव्यावरचे हे पुस्तक तसेच राहून जाते की काय असे देखील मध्यंतरी वाटायला लागले होते. परंतु, योगायोग असा, की कोरोना व्हायरसने मार्च २०२० पासून जगभरात अक्षरशः थैमान घातले आणि लॉकडाऊनमुळे न्यायालयीन कामकाजावर अत्यंत विपरीत परिणाम झाला. लॉकडाऊन दरम्यान कायद्याच्या ज्ञानवर्धी वाचनासोबत गोव्यावरच्या या पुस्तकाला शेवटचा जमेल तसा हात देत गेलो. पुस्तकाचा अंतिम खर्डा लिहून तयार झाला.

गोव्याला असतानाच मा. न्यायमूर्ती श्री. महेश सोनक साहेबांना मी एकदा विनंती केली होती की, मी गोव्यावर पुस्तक लिहीत आहे, त्याला प्रस्तावना आपण द्यावी. प्रचंड कार्यबाहुल्य असतानादेखील न्या. सोनक साहेबांनी विनंती मान्य केली आणि या पुस्तकास प्रस्तावना दिली. त्याबद्दल त्यांचे मानावे तितके आभार थोडेच आहेत.

तसेच, सदरचे पुस्तक अस्तित्वात येण्याकामी ज्यांचे ज्यांचे प्रत्यक्ष किंवा अप्रत्यक्ष सहकार्य झाले त्या सर्वांचे आभार मानतो. अशा सहकार्याशिवाय कोणतेही कार्य सिद्धीस जात नाही, हे खरे आहे. आणि मुख्य म्हणजे, दैवं चैवात्र पंचमम!

यथावकाश, माननीय मुंबई उच्च न्यायालयाकडून हे पुस्तक प्रकाशित करण्यास परवानगी मिळाली आणि हे पुस्तक मार्गी लागले. म्हणजे, परशुरामाच्या एका भूमीत या पुस्तकाच्या लेखनास सुरुवात झाली आणि परशुरामाच्या दुसऱ्या भूमीत त्याचा समारोप झाला. केवढा विलक्षण योगायोग आहे हा!

जे काही या पुस्तकात लिहिले आहे, ते वाचून गोव्याकडे पाहण्याचा दृष्टिकोन वृद्धिंगत झाला, उंचावला तर हे लेखनकार्य थोडेतरी सफल झाले, असे म्हणता येईल आणि लेखणापाठची उद्देश पूर्ती झाल्यासारखे होईल.

– **सुधीर देशपांडे**

ऋणनिर्देश

'सुधीरजी, गोव्यातले बारकावे टिपणारे तुमचे हे लिखाण वाचकांच्या पसंतीस नक्कीच उतरेल....' सुनील मेहता एकदा मला फोनवरून म्हणाले. तसे पाहता माझी आणि सुनीलजींची फक्त फोन ओळख. ती देखील याच पुस्तकाच्या निमित्ताने. पण त्यांनी ज्या आपुलकीने या पुस्तकात लक्ष घातले ते माझ्यासारख्या नवख्या लेखकासाठी नक्कीच प्रोत्साहित करणारे होते. परंतु हे पुस्तक प्रकाशित होण्याअगोदरच दुर्दैवाने सुनीलजींचे जानेवारी २०२२ मध्ये दुःखद निधन झाले. हे पुस्तक प्रकाशित झाल्याचे त्यांनी पाहिले असते तर त्यांना अतिशय आनंद झाला असता. म्हणून सुनीलजींच्या प्रति हा खास ऋणनिर्देश.

गोवा

... मला दिसलेला

गोव्यातले पावपुराण...

वास्तविक पाहता निव्वळ पाव हा काही लिखाणाचा विषय होऊ शकत नाही. आणि तसे लिहिण्याचे ध्यानीमनीही नव्हते. पाव हा तसा महाराष्ट्रीयन माणसाचा अत्यंत जिव्हाळ्याचा विषय. मिसळपाव आणि वडापाव ही महाराष्ट्रातली दोन खाद्यदैवते. दोघांमध्ये अर्धा भाग पाव. एखाद्या शहरात मिसळपाव आणि वडापाव कोणत्या दर्जाचा मिळतो त्यावरून त्या शहराच्या जीवनमानाचा अंदाज लावावा, येथपर्यंत कधीकधी हे मिसळपाव अन् वडापावबद्दलचे प्रेम मजल मारत असते. त्यामुळे केवळ पावावर भाष्य न करता मिसळपाव किंवा वडापाववर भाष्य केले तर ते थोडे तरी जिभेला धरून झाले असते. पण नुसत्या पावावर एक संपूर्ण लेख आखावा ही अनोखी प्रेरणा मिळाली ती गोव्यातून. बरे त्यात अस्मादिक एकदम मिसळपाव प्रेमी. त्यामुळे अत्यंत उपकृत भावनेने हा पावावरचा लेख लिहिण्यास घेतला. विषयांची आणि संदर्भांची सरमिसळ होऊ नये म्हणून मिसळीवर बोलू काही...पण नंतर कधीतरी, हा बाणा ठेवला. तेव्हा, अगोदर पावावरच बोलू काही!

एक मात्र आपसूकच घडले होते ते असे की, हा लेखप्रपंच सुरू करण्याअगोदरच फाजील जिज्ञासेमुळे गोव्यातल्या पावावर आमचे संशोधन जवळपास पूर्ण झालेले होते. त्यामुळे पावासारखा विषय निवडून ऐनवेळी तावावर लेखणी चालवावी आणि पावाबद्दलचे ज्ञान पावकी वरून किमान दीडकीपर्यंत न्यावे, असा खमंग पावदार विचार मनात आणता आला आणि तो तडीस नेता आला. मग काय, केवळ एका बैठकीत हे पावपुराण अगदी एकसरीत अवतरले.

ज्ञान दाखविणे सोपे पण अज्ञान लपविणे कठीण असे म्हणतात. गोव्यात पाय ठेवल्याबरोबर पाव या शब्दाविषयीचे माझे घोर अज्ञान

माझ्याच उघडकीस आले. कोणाच्याही जीवनात पाव इतक्या लहानपणापासून रुजलेला असतो की त्यामुळे पाव हा मराठीच शब्द असणार असे आपण गृहीत धरून चालतो. किंबहुना, या पदार्थाला पाव असेच का म्हणतात किंवा तो कोणत्या भाषेतला शब्द आहे हे हुडकून काढण्याची तसदी देखील फारशी कुणी घेत नाही आणि घेणार नाही.

पण गोव्यात आल्यावर पाव हा चक्क पोर्तुगीज शब्द आहे हे कळल्यावर चांगलाच धक्का बसला. त्या धक्यातून सावरायला बराच काळ लागला. पोर्तुगीज भाषेत त्याचा उच्चार थोडा अनुनासिक म्हणजे पांव असा केला जातो. गोव्यात सुमारे साडेचारशे वर्षे पोर्तुगीजांची सत्ता होती. गोव्यात पाव-परंपरा सुरू झाली ती पोर्तुगीजांच्या आगमनानंतर. पोर्तुगीजांनी गोव्यात स्वतःचा पाव ठेवला आणि अल्पावधीतच स्वतःचा पांव देखील येथे आणला. अगोदर गोव्यात बहुतांशी पावाच्या जागी पोळी भाकरीच होती. म्हणजे आपण पाव-लो-पाव-ली जो पाव खातो तो पाव भारतीय नसून पोर्तुगीज आहे, हे घशाखाली उतरून घ्यावेच लागले.

सन १५५०च्या आसपास सॅलसीट म्हणजे सासष्टी या गावी काही पोर्तुगीज जेजुईट्स आले होते. सासष्टी म्हणजे सहासष्ट वस्त्यांचा समूह. गोव्यात सत्तरी नावाचे असेच एक गाव आहे. तर सासष्टी या गावाला पोर्तुगीज लोक सॅलसीट असे म्हणत. सेंट फ्रान्सिस झेवियर्सने सोळाव्या शतकात 'सोसायटी ऑफ जीजस'ची स्थापना केली होती. तिच्या मेंबरांस 'जेजुईट्स' म्हणतात. गोव्याला पाव बनविण्याच्या कलेची दीक्षा सर्वप्रथम दिली ती या सासष्टी मधील जेजुईट्सनी. म्हणजे भारतातला पहिला पाव गोव्यातल्या सासष्टी या गावात सन १५५०च्या आसपास बनला असावा. नंतर, बटाटा देखील पोर्तुगीजांनी भारतात आणला, असे गोव्यात असताना वाचनात आले. बटाटा हा शब्दच मुळी पोर्तुगीज आहे हे पोर्तुगीज शब्दकोशात पडताळून पाहिल्यावर माझी शुगर वाढते की काय असे झाले होते. म्हणजे, मजेत थोडा सुक्ष्म विचार केला तर दिसून येईल, आपल्या वडापावातले पाव आणि बटाटे हे चक्क पोर्तुगीज. म्हणजे आपले काय उरते ते निव्वळ बेसन. म्हणजे जवळपास ६६ टक्के वडापाव हा पोर्तुगीज. आता बेसनाचे पीठ तरी

आपले की कुणा परकीयांचे हा वाद इथे नको. नसता पंक्तीप्रपंच टाळून जरा पावमर्यादा पाळूया.

पाश्चात्त्य आहारपद्धतीत पोळी-भाकरीला तसे विशेष स्थान अजिबात नाही, तसेच जगातल्या बऱ्याच देशांमध्ये पाव हाच दररोजच्या जेवणातला अविभाज्य घटक असतो, असे आपल्याकडे परदेशातला व्हिसा रद्द झाल्यामुळे किंवा कोरोना व्हायरसने पछाडल्यामुळे देशप्रेम जागृत होऊन मायदेशी परतलेल्या बऱ्याच जणांकडून ऐकायला मिळते. एक असेही आठवते. फार पूर्वी म्हणजे ऐंशीच्या दशकाच्या शेवटी शेवटी रशियन संघराज्याचे विघटन होण्याअगोदर तिथली अर्थव्यवस्था प्रचंड कोलमडली होती. जीवनावश्यक वस्तू तर तिथे इतक्या महाग झाल्या होत्या की त्यावेळी रशियन सरकारकडून पाव अक्षरशः रेशनवर वाटण्यात येत असत. तेव्हा साधा पाव पदरात पाडून घेण्यासाठी लोकांच्या लांबच लांब रांगा लागत असत, अशा बातम्या इकडे वाचायला मिळत. रुबलची किंमत त्यावेळी मातीमोल झालेली होती. रुबल हे रशियाच्या चलनाचे नाव. त्यामुळे त्यावेळी 'मनी नाही भाव, देवा मला पाव' अशी परिस्थिती निर्माण झाली होती. येथे मनी म्हणजे पैसा! म्हणजे पैशाला किंमत न उरल्याने देवा आता पाव तरी मिळू दे. असो. पाश्चात्य जेवणात पावाचे काय स्थान आहे हे अधोरेखित करण्यासाठी हा पावसंदर्भप्रपंच.

धुळे येथे जिल्हा न्यायाधीश असताना दिनांक २५ जानेवारी २०१८ रोजी गोव्यात बदली झाल्याची ऑर्डर हातात पडली. ७ फेब्रुवारी २०१८ रोजी गोवा येथील मुंबई उच्च न्यायालयात निबंधक-प्रशासन म्हणून पदभार स्वीकारला. फेब्रुवारीत सरकारी निवासस्थान उपलब्ध होऊ शकत नसल्याने सुरुवातीचे दोन महिने गोव्याच्या अल्तिनो भागातल्या सर्किट हाऊसमध्ये राहत होतो. तिथे पहिल्या एक-दोन दिवसांतच धक्का बसला. गोव्यात पोळी-भाकरीचे फारसे प्रस्थ नाही. पोळी-भाकरीने स्वतंत्र चूल मांडली तरी पावापुढे टिकाव लागणार नाही. त्यामुळे गोव्यात एकतर तवा तापणार नाही, आणि चुकूनमाकून तापला तरीही आपली पोळी त्यावर भाजून घेता येणार नाही, याची खात्री पटल्यावर माझ्या पोटात खड्डाच पडला. गोव्यात बऱ्याच घरांमध्ये, विशेषतः कॅथॉलिक आहारपद्धतीत, पोळी ऐवजी पावच खाल्ला जातो,

हे समजल्यावर माझी अवस्था पावाच्या सापटीत सापडलेल्या वड्यासारखी झाली. देवा मला पाव!

आहारामध्ये पावाचा वापर हा गोव्यासारख्या ठिकाणी जिथे वर्षभर हवेत आर्द्रता असते तिथे वातावरणीय कारणामुळे संयुक्तिक ठरतो, असे असावे. अशा वातावरणामध्ये पोळी-भाकरी पचायला जड जाते. तिथे पचायला सोपा म्हणून पावच योग्य ठरतो. काही भौगोलिक प्रदेशांमध्ये पाव जास्त खाऊ नये असा सल्ला दिला जातो. बद्धकोष्ठता आणि मधुमेह्यांची रक्तशर्करा त्यामुळे वाढण्याचा संभव असतो असे कारण दिले जाते. काही जाणकार लोकांना विचारले असता गोव्यात पावयुक्त आहारपद्धतीमुळे कोणाला काही विशेष त्रास झाला असे ऐकिवात नाही, अशी उत्तरे मिळत गेली. पाव-प्रेमींसाठी ही चांगली बातमी होती. अर्थात सगळीकडच्या नाही. केवळ गोव्यातल्या. किंवा गोव्यात पर्यटक म्हणून गेलेल्या. असो.

पुढे गोव्याच्या एकंदरीत जीवनपद्धतीची हळूहळू सवय होऊ लागली आणि मग पावाबद्दल नितांत आदर वाटू लागला. जिकडे पाहावे तिकडे पावच पाव. गोवन भूमीत मला अगदी 'पाव'न झाल्यासारखे वाटायला लागले. गोव्यात शुद्ध शाकाहारी माणसाचे हाल होतात असेही बरेचदा ऐकले होते. पण तसे काही नाही. हे तिथे दोन वर्षे राहिल्यानंतरचे स्वानुभवावर आधारित मत आहे. माझे तर अजिबात हाल झाले नाही. गोव्यात कोणताही कार्यक्रम असो, पार्टी असो, स्नेहभोजन असो, जेवणाच्या पदार्थांच्या रांगेत पावाचे अढळस्थान. एकदा एका जिल्हा न्यायाधीशाच्या मुलीचे लग्न होते. दक्षिण गोव्यात मडगावला. सर्व मेनू जसे आपल्याकडे लग्नात मांडून ठेवतात तसे टेबलावर एका रांगेत मांडून ठेवलेले. अखेरीस एक टोकरी भरून पावच-पाव ठेवलेले. एखाद्या लग्न-भोजनाच्या ताटात पाव वाढून घेण्याचा हा आयुष्यातला पहिलाच प्रसंग. गोव्यात लग्न कोणत्याही धर्मीयांचे असो. पाव हमखास असणार. पावाइतका सेक्युलर पदार्थ गोव्यात दुसरा कुठला नाही.

महाराष्ट्रात मिसळपावचे जेवढे माहात्म्य, जवळपास तेवढेच माहात्म्य गोव्यात भाजी-पाव नावाच्या नाश्त्याच्या प्रकाराचे आहे. हांगा खावपांक कितें आसा? गोंयचें खाशेलेपण कितें? असे वेटरला विचारले तर हमखास उत्तर मिळते. पातळ भाजी, सुकी भाजी, आनी उंडो. उंडो

म्हणजे पाव. गोव्यात नाश्त्याच्या भाजीचे दोन प्रकार. एक पातळ भाजी आणि एक सुकी भाजी. पातळ भाजी हवी की सुकी भाजी, हे विचारण्याचे कर्तव्य इथला प्रत्येक वेटर मनोभावे पार पाडत असतो. घेणारा मग एकतर पातळ भाजी घेतो किंवा सुकी. एखादा चांगला पट्टीचा खवय्या असला तर तो नम्रपणे दोन्ही भाज्यांचा मान ठेवतो.

मैदा किंवा कणिक, यीस्ट, किंचीत साखर आणि किंचित मीठ हे पारंपरिक पावाचे घटक पदार्थ आहेत. ग्लुटेनप्रचुर मैद्याच्या किंवा कणकेच्या गोळ्यात साखरेवर यीस्टने ताव मारल्यावर कार्बन डाय-ऑक्साइड वायू तयार होतो, तो बाहेर पडायचा आटोकाट प्रयत्न करतो. पण ग्लुटेनचे तन्यतायुक्त पडदे त्याला आग्रहाने आतच थांबवितात, त्यामुळे मग पाव नावाचा हा पदार्थ आतल्या बाजूने टरारून फुगून येतो आणि आतून पावदार, सच्छिद्र बनतो. या प्रक्रियेला 'फर्मेंटेशन' म्हणतात. भट्टीतल्या उष्णतेने तावून-सुलाखून निघाल्यावर मग चवीला खुसखुशीत आणि टिकाऊ बनतो. त्याच्या वरच्या पृष्ठभागावर ताव जास्त असल्याने आणि तिथे साखरेच्या पाण्याचा ब्रश थोडा जादा मारल्याने तो भाग पिवळसर तांबडा आणि थोडा जाड होतो. हे सर्वसाधारणपणे पावाचे पाक-रसायनशास्त्र.

गोव्यात पावांचे विविध प्रकार आहेत. एक म्हणजे मऊशार आणि चटकन चावला जाणारा पांव नावाचा पाव, दुसरा म्हणजे थोडा कडक आणि लंबगोलाकार आकाराचा उंडो नावाचा पाव. उंडोचा वरचा भाग जरा जास्त कडक पण ठिसूळ असा असतो. तो दाबल्यास कडकड आवाज करीतच तुटतो. चहात बुडवून खाण्यासाठी उंडो उत्तम. तिसरा हा गव्हाच्या पिठाचा पोई नावाचा पाव. तिसऱ्या प्रकारचा पाव मधुमेहींना चालतो. त्यात फायबरचे प्रमाण जास्त असते. आणखी एक प्रकार आहे. त्यास कात्रीचों किंवा कत्रों पांव म्हटले जाते. पावाच्या पिठाच्या ओल्या गोळ्यांना अगोदर कात्रीने हवा तसा आकार देऊन नंतर जो भट्टीतून तावून-सुलाखून काढला जातो त्यास कात्रीचों पाव असे म्हटले जाते. आणखी एक प्रकार म्हणजे रिंगच्या आकाराचा एक टोस्ट सारखा एकदम कडक पाव मिळतो. त्यास कोकणीत कांकोण किंवा कांकण म्हणतात. कांकोण म्हणजे बांगडी. प्रत्येकजण ज्याच्या त्याच्या आवडी निवडी नुसार हवा तसा पाव घेत असतो.

एक खाण्याचा पदार्थ म्हणून पाव तसा अत्यंत सर्वसमावेशक. त्यामुळे पाव कशाशी खातात हे माहीत आहे काय, असला खोचक किंवा अक्कलकाढु प्रश्न पाव खाणाऱ्याला कोणी विचारू शकत नाही, ही पावाची आणखी एक थोरवी. कोणत्याही पदार्थाशी पावाला दुजाभाव नाही. वरून मस्त सोनेरी-पिवळसर-तांबड्या रंगाचे खुसखुशीत आवरण आणि त्याखाली मऊशार, जाळीदार, खमंग असा हा पाव चहात बुडवून खा, दुधात बुडवून खा, भाज्यांसोबत खा, भज्यांसोबत खा किंवा नुसत्या रस्स्यासोबत खा. मिसळीबरोबर तर पावाचे जन्मोजन्मीचे नाते. मिसळीला आपल्या कवेत घेऊन 'तेरा मुझसे, है पहले, का नाता कोई' असं मोठ्या मनाने गुणगुणत पाव मिसळीबरोबर वॉल्ट्झ करतोय, असं चित्र डोळ्यासमोर सरसकट उभं राहतं. कोणत्याही पदार्थाशी पाव लगेच अद्वैत साधतो. हा पावाचा आध्यात्मिक गुणधर्म. त्यामुळे पाव हा एखाद्या विभूतीपेक्षा कमी नाही. खाद्यपदार्थांत पाव मी! बरे, एवढे अद्वैत साधुनही जिभेवर स्वतःची स्वतंत्र अशी चव तरळत ठेवण्याचे पावाचे कसब लाजवाब. रंगुनी रंगात साऱ्या रंग माझा वेगळा, गुंतुनी गुंत्यात साऱ्या पाय माझा मोकळा! सुरेश भटांच्या ओळी पावाला अगदी चपखलपणे लागू पडतात. पावाची चव अक्षय. नैणं छिंदती शस्त्राणी, नैणं दहती पावकः! आणखी एक असे दिसते, भाजीबरोबर पाव खाण्याची पद्धत गोव्यात सर्वप्रथम सुरू झाली असावी. आणि तसे असेल तर गोव्यातला भाजीपाव हा मुंबईतल्या पावभाजीचा जनक म्हणता येईल. मुंबईला जाताना कोकणातल्या वळणदार घाटवाटांमुळे तो उलटा म्हणजे भाजीपावचा पावभाजी होऊन बसला असावा!

गोव्यात सकाळी लवकर उठायचे असल्यास गजर लावायची गरज नाही, असे म्हटले जाते. पहाटे साडेपाच वाजल्यापासून पॉंक् पॉंक् असा भोंगा वाजवत सायकलवरून गोव्यात पावविक्री करणाऱ्यांच्या पोदेरांच्या फेऱ्या सुरू होतात. दारावर आलेले हे पाव विकत घेणे हा गोवन जीवनपद्धतीचा अविभाज्य भाग आहे. याव्यतिरिक्त चौकाचौकांमध्ये रस्त्याच्या कडेला सायकलींवर पावांच्या मोठमोठ्या पिशव्या अडकवून पोदेर उभे असतात. या पिशव्यांवर निळ्या रंगाच्या टार्पोलीनचे आच्छादन घातलेले असते. दिवसभरात सर्व रहिवासी वस्त्यांमधून फेऱ्या मारून झाल्यानंतर साधारणपणे सायंकाळी ऑफिसच्या वेळा संपल्यानंतर कर्मचारी

ज्या रस्त्यांवरून घरी जातात तिथे हे लोक सायकली उभ्या करतात. पोर्तुगीज भाषेत 'पदेरो' या शब्दाचा अर्थ पावांची विक्री करणारा असा आहे. पोर्तुगीज पदेरोचा कोकणीत पोदेर किंवा पदेर झाला.

गोव्यातला बेकरी व्यवसाय हा परंपरेने बहुतांशी कॅथॉलिकांच्याच ताब्यात होता आणि आजही बऱ्यापैकी आहे. प्रत्येक गावागावांत बेकऱ्या आहेत. थेट बेकरीतून गरमागरम, खमंग पाव सरळ घरी आणण्याची मजा काही औरच. त्यासाठी गोवेकर एखाद्या बेकरी जवळ सकाळी सकाळी जाऊन आवाज देतो, 'माका पाव दे'. पाव दे! सर्रास अरेतुरे. विषय निघालाच म्हणून सांगतो. गोव्यात कोकणी भाषेत बोलताना कोणालाही अरे-तुरे करायची पद्धत आहे. अहोजाहो नाही. सुरुवातीला घरातली मेड जेव्हा मला विचारायची 'तुला नाश्ता देऊ, तुला पाणी देऊ' तेव्हा मला गंमतच वाटायची. कितीही मोठ्या पदावरचा किंवा कोणीही थोर माणूस असो, तो या गोव्यातल्या अरेतुरेच्या तावडीतून सुटत नाही. अगदी कोणालाही बेलाशकपणे एकेरी भाषा वापरण्याचा हा प्रकार पाहून मी मंगळासारखा स्तंभित झालो. पुढे मग ही अरे-तुरेची भाषा माझ्या चांगलीच अंगवळणी पडली. नंतर माझी बदली परत महाराष्ट्रात झाल्यावर या अरेतुरेचा मला (की माझ्यामुळे इतरांना?) काही दिवस चांगलाच फटका बसत गेला. महाराष्ट्रात परतल्यावर मी बऱ्याचदा वयस्कर शिपाई, ड्रायव्हर, विविध प्रकारचे दुकानदार अशा थोर मंडळींना अनाहूतपणे अरे-तुरे करत असे. आपल्याकडे ते इतक्या रागाने का बघत होते, याचे उत्तर मला मग बऱ्याच वेळाने लक्षात येत असे. असो. बेकरीतल्या गरमागरम पावाचा खुसखुशीत सुगंध नाकाच्या एखाद्या कोपऱ्यात अगदी जपून ठेवावा असा असतो. एखाद्या बेकरी जवळून नुसते चालत गेले तरीही तो पावदार सुगंध दरवळत राहतो. तशा सुगंधाचा फाया कुठे मिळतो का, हे शोधण्याचा फाजीलपणा मी केला नाही हे इत्रफरोशांचे नशीब.

मुंबईत बेकरीचा व्यवसाय सुरू केला तो सर्वप्रथम गोवेकरांनी. मुंबईतल्या सुरुवातीच्या काळातल्या सर्व बेकरीज् होत्या गोव्यातल्या कॅथॉलिक लोकांच्या मालकीच्या. त्यानंतर मग मुंबईमार्गे संपूर्ण भारतात पावाचा प्रचार आणि प्रसार झाला. अशी माहिती मला लायब्ररीत भेटलेल्या एका जाणकार गोवेकराने दिली. असेच एकदा एका वृद्ध

पोदेराशी बोलताना मला पावाबद्दल आणखी बरीच माहिती मिळाली. तो सांगत होता, त्याच्या लहानपणी पोर्तुगीजांचे राज्य होते. त्याकाळी बेकरीवाले आणि त्यांच्याकडे काम करणारे अत्यंत सधन असत. त्यावेळी पोदेर पायी फिरून पाव विकायचे. हातात एक बांबू असायचा. तो बांबू हवेत फिरवून बुंग बुंग असा आवाज करत पोदेर वर्दी द्यायचा. पोदेरांचा पोषाखही एकसमान असे. खांद्यापासून गुढग्यापर्यंत एक ढिला शर्ट आणि जवळपास तेवढ्याच लांबीची पॅन्ट. त्या शर्टला 'कबई' म्हणत. पूर्वी इतर कोणी अशी अपुरी विजार घातली तर त्याला चक्क चिडवले जाई, काय पोदेरासारखा वेष केलाय. पुढे त्या पोदेराने आणखी माहिती दिली. लग्नप्रसंगी भेटवस्तू म्हणून बोल नावाचा गोडसर पाव, मुलीच्या साखरपुड्याला घरी बनवलेले सँडविच आणि मेजवानीस साधा पाव अशी पूर्वीच्या काळी प्रथा असायची. अजूनही काही ठिकाणी ती पाळली जाते. त्याकाळी लोक पावाचा चक्क रतीब लावत असत हे ऐकल्यावर मी अक्षरशः धन्य 'पाव'लो! पावाचे महिनावार बिल चुकते केले जायचे.

पूर्वी गोव्यात सर्वच्या सर्व बेकरीज् लॅटेराईट दगडाच्या भट्टीच्या गावठी बेकरीज् असत. अजूनही त्या आहेत. त्यात लाकडाच्या सरपणाने धगधगता निखारा निर्माण केला जातो. अशा गावठी बेकरीतून तयार झालेल्या पावांचा खुसखुशीतपणा आणि सुगंध काही औरच असतो. काळाच्या ओघात इलेक्ट्रिकल ओव्हन्स आले. गावठी बेकरीत पाव सर्व बाजूंनी भाजला जातो. ही प्रक्रिया इलेक्ट्रिकल ओव्हन्समध्ये होत नाही. इलेक्ट्रिकल ओव्हन्समध्ये तयार झालेल्या पावाला पावपणा असतो; पण गावठी बेकरीसारखा खानदानी पावदार ताव नसतो. गावठी बेकरीतला पाव हा खानदानी पाव. चोवीस कॅरेट. चुलीवरची भाकरी आणि गॅसवरची भाकरी. फरक तुम्हीच ओळखा. इलेक्ट्रिकल ओव्हन्स मध्ये तयार झालेल्या पावाचा टिकाऊपणा देखील कमी असतो.

ही सारी माहिती एका थोर पोदेरानेच दिली. साहजिकच गावठी बेकरीबद्दल कुतूहल निर्माण झाले. एका गावठी बेकरीचा पत्ता मिळवला. ती बेकरी अल्तिनो म्हणजे हायकोर्ट जिथे होते त्याच भागात एका चाळसदृश्य वस्तीत होती. आणि माझ्या येण्याजाण्याच्या रस्त्यावरच. म्हटलं चांगला योग जुळून आलाय. एके सायंकाळी कोर्टातून घरी

परतताना ती बेकरी गाठली. भट्टीत पावाचे ट्रे भाजण्यासाठी ठेवून घेतलेला कामगार खाली फरशीवर बेफिकीर आडवा पहुडला होता. त्या बेकरीची भट्टी ही घराच्या पुढच्या भागातच होती. भट्टी आतून चार एक फूट लांब आणि साधारणपणे दीड-दोन फूट उंच होती. आतून दगडांचे आवरण होते. भट्टीत सरपणाची लाकडे आणि पावांचे ट्रे ठेवण्यासाठी साधारणपणे दीड फूट रुंद आणि एक फूट उंच अशी खिडकी होती. भट्टीच्या आतले दिसावे म्हणून त्या खिडकीच्या तोंडावर एक बल्ब लावलेला होता. आत धगधगता निखारा होता. पाव भाजून निघत असल्याने त्या खोलीमध्ये खमंग पावदार सुगंध पसरलेला होता. बरेचशे पाव भट्टीतून काढून सरळ जमिनीवर एका कापडावर थंड होण्यासाठी पसरवलेले होते. एक मध्यमवयीन स्त्री पुढे आली. तिच्या देहबोलीवरून ओळखले ती मालकीण असावी. माझा अंदाज खरा ठरला. ती मालकीणच होती. पण राहून राहून माझे लक्ष त्या जमिनीवर पसरवलेल्या ताज्यातवान्या पावांकडे जात होते. 'आपके पाव बहुत हसीन हैं, इन्हे जमीनपर मत उतारिएगा' हा पाकीजातला डॉयलॉग मला तिथे विनाकारणच आठवला. त्या मालकीण बाईने मग या गावठी भट्टीबद्दल आणि पावांबद्दल बरीच माहिती दिली. एक महत्त्वाची गोष्ट तिने अशी सांगितली की बेकरीवाले साधारणपणे पावडरच्या स्वरूपातले यीस्ट वापरत नाहीत. ते साधारणपणे यीस्टच्या पनीरसारख्या ओलसर चौकोनी लाद्या खरेदी करतात आणि तशा स्वरूपाचे यीस्ट बेकरीसाठी वापरतात.

पावाच्या सर्व प्रकारांपैकी पांव नावाचा पाव हा गोव्यात सर्वात जास्त खपला जातो. परंतु भट्टीत सर्वप्रथम टाकले जातात ते गव्हाच्या पिठाचे पोई. त्या अगोदर भट्टीने चांगला ताव पकडलेला आहे की नाही ते बघितले जाते. फर्मेंटेशनसाठी म्हणजे पाव जाळीदारपणे फुलविण्यासाठी यीस्टचा वापर केला जातो. पूर्वी पोर्तुगीज लोकांनी कल्पकपणे पाव फुलवण्यासाठी ताडी अर्थात नीरेसारख्या द्रवाचा वापर सुरू केला होता. ताडीचा वापर करून फुलविलेले पाव चवीला अत्यंत स्वादिष्ट लागत असत. गोवन पाव पूर्वीच्या काळी प्रसिद्ध होता तो ताडीमुळे येणाऱ्या विशिष्ट चवीसाठी. परंतु काळाच्या ओघात ताडीची उपलब्धता कमी होत गेली. तुलनेने यीस्ट मुबलक प्रमाणात आणि स्वस्तात उपलब्ध

होत गेले. त्यामुळे पाव बनवण्याच्या प्रक्रियेत ताडीचा वापर आता जवळपास नष्टच झाला आहे. गोव्यात काही हौशी महिला क्लासमधून दीक्षा घेऊन घरी पाव बनवायला शिकतात. आणि मग नवऱ्याला अधूनमधून 'पाव'तात. गोव्यात जवळपास वर्षभर ठिकठिकाणी पाव बनविण्याचे क्लासेस चालतात.

'सात हिंदुस्तानी' हा १९६९ सालचा चित्रपट गोवा मुक्ती संग्रामावर आधारित आहे. भारताच्या सात राज्यांतून वेगवेगळ्या जाती-धर्मांचे सात स्वातंत्र्य सैनिक गोव्यात शिरून मारिया नावाच्या एका बेडर मुलीच्या नेतृत्वाखाली गांधीवादी अहिंसक मार्गाने मुक्ती संग्रामात सहभागी होऊन पोर्तुगीजांना सळो की पळो करून सोडतात, अशी त्याची पटकथा. त्यात एका प्रसंगात जंगलात लपलेल्या या सात स्वातंत्र्य सैनिकांना एका रात्री काही खायला मिळत नाही, तेव्हा ते आपल्याजवळील पाव काढतात आणि आपापसांत वाटून खातात असे दाखविले आहे. पावाचा गोव्यात काय 'रोल' आहे, ते माहीत नसल्यास चित्रपटाच्या या सीनमधील बारकावा लक्षात येणार नाही.

गेल्या काही वर्षांपासून गोव्यामध्ये पोदेरांचे फेस्त म्हणजे बेकर्स फीस्ट साजरी केली जाऊ लागली आहे. गेल्या साडेचारशे वर्षांपासून पावाची परंपरा गोव्यात टिकवून ठेवणाऱ्या पाव उत्पादक आणि विक्रेते यांचेप्रती आदर भावना म्हणून ही फेस्ट सुरू झाली. या फेस्टच्या निमित्ताने विविध प्रकारचे पाव प्रदर्शन आणि विक्रीस ठेवले जातात. या फेस्टच्या निमित्ताने सांस्कृतिक आणि करमणुकीचे कार्यक्रम सादर केले जातात.

'माझ्या आजोबांनी ही बेकरी सुरू केली होती. त्यानंतर माझ्या वडिलांनी चालविली. माझ्या हयातीत मी चालविली. परंतु आता मुलगा ती बेकरी चालविण्यास तयार नाही.' एका बेकरीवाल्याशी सहज वार्तालाप करताना त्याने ही परिस्थिती सांगितली. गोव्यातला पारंपरिक बेकरी व्यवसाय संकटात सापडला आहे असे सूर अधून मधून बातम्यांमध्ये उमटत असतात. नव्या प्रकारच्या स्लाईस ब्रेड मुळे गोव्यातल्या पारंपरिक पावाची मागणी कमीकमी होत चालली आहे, अशी चिंता तेथील पोदेर व्यक्त करताना दिसतात. गोव्यातल्या एकूण पारंपरिक बेकरी मालकांपैकी जवळपास चाळीस टक्के मालकांनी त्यांच्या बेकरीज् बंद करून टाकल्या

आहेत, अशीही माहिती एकाकडून मिळाली. वाढते उत्पादन शुल्क आणि विशिष्ट मर्यादित ठेवावी लागणारी किंमत यामुळे गोव्यातला पारंपरिक पाव खऱ्या अर्थाने कात्रीत सापडला आहे. या पारंपरिक व्यवसायाला सबसिडी देऊन त्याचे पुनरुज्जीवन करावे, अशा मागणीचे सूर अधून मधून उमटत असतात. जुन्या जमान्यातल्या गोष्टी नष्ट होऊन त्यांची जागा नव्या जमान्यातल्या गोष्टी घेतात. गेला तो जुना काळ आणि त्या काळाची मजा, अशी खंत जगातल्या सर्वच वृद्धांकडून व्यक्त केली जात असते. गोव्यात कोकणी भाषेत एक म्हण आहे 'ते पोदेर गेले आणि ते उंडेर गेले.' गोव्यातला बऱ्याच जुन्या गोष्टी लोप पावत चाललेला असून त्यांची जागा आधुनिकतेने बरबटलेल्या नव्या गोष्टी घेत आहेत. त्या अर्थाने ही म्हण वापरली जाते. परंतु ते पोदेर गेले आणि ते उंडेर गेले ही म्हण शब्दशः मात्र खरी ठरायला नको, असे मनोमन वाटते.

◆

पोर्तुगीज वास्तुरचना...

जो पायी चालतो, तो जास्त जग पाहतो. तद्वतच, गोव्याची सौंदर्यस्थळे ज्याला निरखून पाहावयाची आहेत त्याने वाहनाच्या फंदात पडू नये. पायी चालावे. अगदी बेलाशक. जिथे वेग कमी तिथे आजूबाजूचे दर्शन जास्त घडत असते. गोव्यात अगदी थोडेफार अंतर जरी नीट फिरले तरी लक्षात येते की येथील वास्तुरचना अत्यंत निराळी अशी आहे. संपूर्ण केरळमध्ये देखील रस्त्याच्या कडेने अनेक सुरेख आणि टुमदार बंगली दिसतात. परंतु त्या आधुनिक वास्तुरचना आहेत. म्हणजे अगदी अलीकडे निर्मित झालेल्या. परंतु गोव्यातली बहुतांशी घरे लॅटेराईट मातीपासून ज्या विटा तयार होतात त्यांच्यापासून बांधलेली दिसतात. ही सर्व जुनी बांधकामे पोर्तुगीजकालीन आहेत. म्हणजे अत्यंत पुरानी. येथील काही घरे तर तीनशे-चारशे वर्षांपूर्वीची आहेत. त्यामुळे अशा घरांकडे बघताच आपले मन भूतकाळात घेऊन जाण्याची ताकद त्यांच्यामध्ये आहे. काही लोकांनी अलीकडच्या काळात या घरांचे नूतनीकरण केले आहे. ते बाहेरून दिसून येते. तथापि नूतनीकरण करताना देखील या वास्तूतला जुनेपणा अत्यंत सुबकपणे जपलेला दिसतो.

गोव्यामध्ये जवळपास साडेचारशे वर्षे पोर्तुगीजांची सत्ता होती. १९ डिसेंबर १९६१ रोजी गोवा पोर्तुगीजांच्या जोखडातून मुक्त झाला. त्यामुळे संपूर्ण गोवा राज्यावर पोर्तुगीज प्रभाव अगदी ठळकपणे दिसून येतो. गोव्यातली आहार पद्धती, राहणीमान, भाषा, पोशाख, वैयक्तिक कायदे या सर्वांमध्ये पोर्तुगीज छाप पडलेली असते.

कधीकधी विषयांतराचा मोह टाळला जात नाही. थोडेसे विषयांतर करून असे सांगावेसे वाटते की, पोर्तुगीजांचा हा प्रभाव फक्त गोव्यावर

मर्यादित न राहता काही पोर्तुगीज शब्द कोकणी-मराठीचा कायम व्हिसा घेऊन या भाषांत पद्धतशीरपणे स्थायिक झाले आहेत. एखाद्याला सांगितले की पगार आणि बटाटा हे पोर्तुगीज शब्द आहेत तर तो बंबामध्ये पाणी चांगले तापवून साबणाने आंघोळ करून नाताळच्या सुट्टीत कुलुपाची चावी खिशात ठेवून सरळ इंग्रजी शाळेच्या बाकावर पेरू किंवा अननस किंवा काजू तरी खात बसेल. आता यातले पगार आणि बटाट्यासह काजू, पाव, बाक, नाताळ, पेरू, इंग्रजी, बंब, साबण, अननस, चावी हे सर्व शब्द चक्क पोर्तुगीज भाषेतले आहेत. यातला गंमतीचा भाग सोडून द्या. भाषाविस्ताराशिवाय सत्ताविस्तार शक्य नाही हे गणित आक्रमकांना चांगले ठाऊक असते. त्यामुळे आधी सत्ता स्थापन केली जाते. मग भाषा आणली जाते. हळूहळू ती रुजवली जाते. आणि मग एकदा ती भाषा जनतेच्या अंगवळणी पडली की सत्ता दीर्घायुषी होते. हिंदुस्थानात मुघलांनी फारशी, पोर्तुगीजांनी पोर्तुगीज आणि ब्रिटिशांनी आंग्ल भाषा आणली. असो.

गोव्यावरील पोर्तुगीज प्रभाव अगदी उघडपणे दिसून येतो तो गोव्यातल्या विशिष्ट अशा वास्तुरचनेमुळे. खाजगी घरे असोत वा सरकारी कार्यालय. इमारतीच्या विशिष्ट प्रकारच्या रचनेमुळे चटकन लक्षात येते ही पोर्तुगीजकालीन इमारत असावी. जवळपास संपूर्ण कोकणातच लॅटेराईट मातीपासून बनविलेली वीट वापरली जाते. जिला 'चिरा' असे म्हटले जाते. काही लोक यास जांभा म्हणतात अशी माहिती मिळाली. कोकणातली घरे ही सर्वसाधारणपणे कौलारू, उतरत्या छपराची असतात. याचे कारण अर्थातच गोव्यातला चार महिने बरसणारा तुफान पाऊस. परंतु संपूर्ण कोकणाशी तुलना केली तर गोव्यातल्या घरांची वास्तुरचना ही पूर्णपणे निराळी आहे. गोव्यातली घरेदेखील प्रामुख्याने कौलारूच आहेत. परंतु त्यांची वास्तुरचना भारतीय नाही. पोर्तुगीज धाटणीची वास्तुरचना आहे. त्यामुळे ही घरे अत्यंत सुंदर, आकर्षक, टुमदार, आजूबाजूला-मागेपुढे बगीच्यासाठी जागा सोडलेली आणि दोन्ही बाजूंनी समान मिती साधलेली असतात.

गोव्यात मोठ्या आणि छोट्या शहरांमध्ये अनेक गल्ल्या आणि बोळ आहेत. त्यांच्या दोन्ही बाजूला घरांच्या रांगा असतात. लांबून बघितल्यास त्या दुतर्फा घरांच्या रांगा अत्यंत लोभस दिसतात. जणू

कोणी एखाद्या सिनेमाच्या शुटिंगसाठी सेट निर्माण केला असावा! कदाचित हेही कारण असावे की गोव्यामध्ये वर्षभर कोणत्या ना कोणत्या सिनेमाचे चित्रीकरण चालू असते. सेट रेडीमेड मिळतो. या घरांमध्ये एक विशिष्ट प्रकारची रंगसंगती आढळून येते. या घरांच्या बाहेरच्या भिंतींना तांबडा, निळा किंवा पिवळा असे तीन रंग प्रामुख्याने वापरलेले दिसून येतात. तसेच जिथे जिथे दरवाजे आणि खिडक्या आहेत, त्यांना पांढऱ्याशुभ्र रंगाची बॉर्डर हमखास दिलेली असते. त्यामुळे भिंतींचा संपूर्ण बाह्यरंग आणि या पांढऱ्या रंगाच्या बॉर्डर्स यांचेत सुरेख कॉन्ट्रास्ट साधला जातो. आणि त्यामुळे मग या घरांच्या लांब रांगा असल्या तर तो रस्ता जणू काही एखाद्या चित्रासारखा वाटतो. गंमत म्हणजे पोर्तुगीज काळात घराला बाहेरून नीट रंग देणे ही फॅशनची बाब नव्हती. भिंतींना बाहेरून नीट रंग नसल्यास त्याकाळी घर मालकाला चक्क दंड होत असे, असे कुठेतरी माझ्या वाचनात आले! आणखी अशी माहिती मिळत गेली की, पोर्तुगीज काळात पावसाळा संपल्यानंतर घरांना रंगरंगोटी करणे कायद्याने सक्तीचे होते. ही बाब आता प्रथा म्हणून अजूनही पणजीतल्या फोंतैईनेश भागात पाळली जाते. या फोंतैईनेश भागातली घरे त्यामुळे अत्यंत सुंदर, सुबक आणि रंगीबेरंगी अशी आहेत. ती बघण्यासाठी फोंतैईनेश भागात पायी फिरणे गरजेचे आहे. पोर्तुगीज काळात घरमालक त्यांच्या घराच्या बाहेरच्या भिंतींना पूर्ण पांढरा रंग देऊ शकत नसत. पोर्तुगीज शासकांनी ते प्रतिबंधित केले होते. पांढरा रंग पावित्र्याचे प्रतीक. केवळ चर्च आणि चॅपल यांनीच बाहेरून पूर्णपणे पांढरा रंग द्यावा असा त्याकाळी नियम होता. आणि चर्चचे वेगळेपण जपण्यासाठी खाजगी घरांवर पूर्णपणे पांढरा रंग नको अशी सक्ती होती. गंमत म्हणजे काळाच्या ओघात ह्या पोर्तुगीज वास्तुरचनेने अशी काही मोहिनी घातली की गोव्यातल्या हिंदू लोकांची घरेदेखील जवळपास तशाच धाटणीची आहेत.

वर उल्लेख केलेला फोंतैईनेश हा भाग पणजी शहराच्या कुशीत वसलेला भाग आहे. त्याचे स्पेलिंग Fontainhas असे असले तरी त्याचा पोर्तुगीज भाषेतला शास्त्रशुद्ध उच्चार फोंतैईनेश असा आहे. पोर्तुगीज शब्दांचे उच्चार म्हणजे जिभेला कसरत. उचलली जीभ आणि लावली टाळ्याला, असे पोर्तुगीज भाषेत चालत नाही. असो. सर्वसाधारणपणे

या भागास कोकणीत मळा असे म्हटले जाते. हा भाग अल्तिनो टेकडीच्या पायथ्याशी आजूबाजूला पसरलेला आहे. विशेषत: या भागात सर्व रस्त्यांच्या दोन्ही बाजूला रंगीबेरंगी सुंदर पोर्तुगीजकालीन घरे आहेत. यातील बरीच घरे काळाच्या ओघात व्यावसायिक कारणासाठी वापरली जाऊ लागली आहेत. महत्त्वाचे म्हणजे या भागाचे सौंदर्य अबाधित ठेवण्यासाठी हा भाग वर्ल्ड हेरिटेज म्हणून घोषित केला गेलेला आहे. या भागातल्या लोकांना त्यांच्या घराची दुरुस्तीदेखील सरकारच्या पूर्वपरवानगीशिवाय करता येत नाही, अशी माहिती मिळाली. या भागात होमस्टेज्‌देखील अनेक आहेत. अनेक परदेशी पर्यटक हॉटेलपेक्षा अशा होमस्टेज्‌मध्ये राहणे पसंत करतात. या फोंतैईनेश भागात वाहनाने न फिरता चांगला डीएसएलआर कॅमेरा हातात घेऊन फोटो काढत काढत पायी फिरणे हीच खरी मजा.

फोटोचा विषय निघालाच म्हणून सांगतो. गोव्यामध्ये मला एक नवीनच छंद जडला होता. पहाटेच उठावे. आंघोळपांघोळ करून, चहा घेऊन, बाहेर थोडासा प्रकाश गल्लीबोळांतून पसरू लागला की बुलेट वरून एखाद-दुसरी गल्ली हेरावी, आणि मग या गल्ल्यांचे विविध मिती साधून दुतर्फा खोल-खोल दिसतील अथवा भासतील असे फोटो मोबाईलच्या कॅमेऱ्याने काढून घ्यावे. डीएसएलआर कॅमेरा घेता घेता राहून गेला. भल्या पहाटे जाण्याचा उद्देश एवढाच की त्यावेळी रस्ते निर्जन असतात आणि छाया-प्रकाश चांगला मेळ धरून असतात. तोपर्यंत ऊन-सावल्यांचा खेळ सुरू झालेला नसतो. फोटोमध्ये माणसे वगैरे न आल्याने त्यातील घरांची अभिव्यक्ती जास्त प्रभावीपणे होत असते. रस्ते निर्जन झाल्यावर माणुसकी दाखविण्याची जबाबदारी घरे स्वतःवर घेतात. फोटोमध्ये ती स्पष्टपणे दिसून येते.

आणखी एक निरीक्षण माझ्याकडून असे झाले की, गोव्यातल्या बहुतांश पोर्तुगीज प्रकारच्या घरांना ज्या खिडक्या असतात त्यांना लोखंडी अथवा इतर कोणतेही प्रकारच्या जाळ्या नसतात. केवळ उघडझाप होणारी दोनपाखी कवाडे या खिडक्यांना असतात. याचे मला कुतूहल वाटले. पुढे एकदा अचानक माझ्या लक्षात आले की, गोव्यातली विविध प्रकारची घरे, त्यांच्या विशिष्ट भिंती, त्यांच्या विशिष्ट खिडक्या आणि दारे, त्यांच्यातून साधलेली विशिष्ट मिती या सर्वांच्या संयोगाने

ही जी वास्तुरचना आकाराला येते ती एकदम आकर्षक वास्तुरचना वाटू लागते. आणखी खोलात जाता असे ऐकण्यात आले की पूर्वीच्या काळी पोर्तुगाल आणि स्पेन मध्ये अठराव्या शतकात भूकंप होऊन अनेक माणसे मारली गेली होती. त्यावेळी लोकांना त्यांच्या घरातून बाहेर पळता आले नव्हते. यातून धडा घेऊन तेथील घरे अशी बांधली गेली की नैसर्गिक आपत्तीच्या वेळेस लोकांना पटापट बाहेर पडता यावे. त्या वास्तुरचनेचा प्रभाव साहजिकच गोव्यामध्ये पडत गेला.

गोव्याचा इतिहास पाहता, गोव्यावर पोर्तुगीज, मुघल आणि भारतीय अशा तिन्ही प्रकारचे राज्यकर्ते होऊन गेले. त्यामुळे येथील वास्तुरचनेवर या तिन्ही संस्कृतींचा पगडा असल्याचे जाणवते. तथापि पोर्तुगीजांची सत्ता सुमारे साडेचारशे वर्षे सलग असल्याने गोव्यात पोर्तुगीज वास्तुरचनेचा पगडा सर्वात जास्त आहे. सलग चार महिने धबाडणाऱ्या प्रचंड पावसापासून वास्तूचे रक्षण व्हावे हा विचार येथे प्रामुख्याने केला गेला आहे. तसेच पोर्तुगीजांच्या काळात उठाठेवी माणसे इतरत्र प्रवास करून, जग पाहून गोव्यात परत यायची तसेच बाहेरील विशेषत: पोर्तुगालमधील लोक गोव्यात अनेक कारणांनी येत असत. त्यामुळे बाहेरील जगाचे दर्शन घडल्याने तेथील वास्तू संकल्पना साहजिकच गोव्यामध्ये अनुसरल्या जाऊ लागल्या. पूर्वी पोर्तुगीजांच्या काळात बरीच धर्मांतरें होत गेली. माणसाच्या घरावरून त्याच्या राहणीमानाची कल्पना करता येते. जसे माणसामुळे घर ओळखता येते, तसे घरांवरून माणसेदेखील ओळखता येतात. त्यामुळे, नव-ख्रिश्चन लोकांची घरे इथल्या स्थानिक लोकांपासून वेगळी दिसावीत म्हणूनही पोर्तुगीज वास्तुकलेचा जाणीवपूर्वक प्रसार त्याकाळी करण्यात आला, असे वाचनात आले. तथापि झाड कितीही वाढले तरी त्याची मूळे मातीतच असतात. तद्वतच, इथल्या धर्मांतरित कॅथॉलिक लोकांनी पाश्चात्त्य राहणीमान, आहार पद्धती, वास्तुरचना स्वीकारली तरीही त्यांच्या काही मूळ भावना तशाच राहिल्या. त्यामुळे गोव्यातली घरे ही पूर्णपणे पाश्चात्त्य प्रकारची न होता त्यात भारतीय आणि पाश्चात्य अशी मिश्र संस्कृती रुजू होत गेली. गोव्यातल्या अनेक गावात घरांची किंवा गल्ल्यांची नावे पेरेरा वाडो, डिसूझा वाडो अशी आहेत. कोकणी वाडो म्हणजे मराठी वाडा. म्हणजे पूर्वी इथे जी वाडा संस्कृती होती, तिने पाश्चात्य वेशभूषा अंगावर घेतली असे ढोबळपणे

म्हणता येईल.

पोर्तुगीज वास्तुरचनेवर आधारित स्वतंत्र बंगले हे कधीच रस्त्याला खेटून नसतात. रस्त्यापासून आत, थोड्या अंतरावर. घराचा मुख्य दरवाजा नेहमी एखाद्या पोर्चमध्ये उघडतो. साधारणतः अठरा-एकोणिसाव्या शतकात जे बंगले बांधले गेले त्यात बाह्य सौंदर्याला जास्त लक्ष दिल्याचे जाणवते. त्यापूर्वीच्या बंगल्यांना बाहेरून जास्त सजावट नसायची. अशा बाहेरून सजावट असलेल्या घराला बाहेरच्या बाजूने सलग असा व्हरांडा किंवा बाल्कनी असते. या बाल्कनीला नक्षीदार लाकडी झालर असते. तिच्यामध्ये ठरावीक अंतरांवर सुरेख लाकडी आधारस्तंभ असतात. या सर्वांचा एकत्रित परिणाम असा होतो की ती बाल्कनी अत्यंत उठून दिसू लागते. या बाल्कनीला बाल्काव म्हणतात. तसेच हे पोर्तुगीज बंगले अगदी जमिनीलगत न बांधता, चार-पाच फुटांच्या प्लिंथवर बांधले गेले आहेत. त्यामुळे ही बाल्कनी जमिनीपासून थोडी उंचावलेली असते. या बाल्कनीमध्ये सायंकाळच्या वेळी किंवा पहाटेच्या वेळी बसून घरातले लोक रस्ता बघू शकतील अशीही साधारणपणे या बाल्कावची रचना ठेवल्याची दिसून येते. गोव्यात जवळपास वर्षभर खूप आर्द्रता असते. या बाल्कनींमध्ये बसल्यास हवेचे झोत अंगावर येऊ शकतील, असा त्या मागचा उद्देश होता, असे वाचनात आले. घराच्या प्रमुख दरवाजासमोर चार-पाच पायऱ्या असतात. या पोर्तुगीज घरांच्या खिडक्यादेखील अत्यंत सजावट केलेल्या लाकडाच्या चौकटींमध्ये असतात. आता केवळ सौंदर्ययुक्त फॅशन म्हणून त्याचा उपयोग होतो. पूर्वीच्या काळी ती गरज होती. त्याकाळी दर्यावर्दी पोर्तुगीज समुद्रसफारीवरून पोर्तुगालला घरी परत आल्यास त्यांना लांबूनच आपली घरे खिडक्यांच्या आकारावरून ओळखता यावीत, यासाठी प्रत्येक घराच्या खिडकीची सजावट तिकडे वेगवेगळी केलेली असे.

पोर्तुगीज बंगल्यांची किंवा घरांची नावेदेखील एका विशिष्ट पद्धतीने लिहिली जातात. पांढऱ्याशुभ्र चकचकीत सिरॅमिक टाइल्सवरती ही गडद निळ्या रंगात आणि कर्सिव्ह रोमन लिपीत नावे विशिष्ट पद्धतीने लिहिली जातात. अशा रंगविलेल्या सिरॅमिक टाइल्सला आझुलेओ, अनेकवचन आझुलेओज म्हटले जाते. नंतर टाइल्स घराच्या अथवा

कुंपणाच्या भिंतीवर दर्शनी भागात चिकटविल्या जातात. जवळपास सर्वच घरांवरची अशा प्रकारची नावे लक्ष वेधून घेतात. तसेच, एखाद्या भिंतीवर अनेक आझुलेओज लावून त्यामधून विविध प्रकारची चित्रे आणि नक्षीकाम दिसून येईल अशी रचना केलेली असते. यातील प्रत्येक टाइलवर त्या चित्राचा थोडा थोडा भाग रंगवलेला असतो, आणि मग अशा सर्व आझुलेओज एकत्रितपणे भिंतीवर लावल्यास त्यातून ते संपूर्ण चित्र दिसू लागते. अशा प्रकारच्या चित्रांमुळे वास्तुच्या सौंदर्यात खूप भर पडते. पांढऱ्याशुभ्र चकचकीत चिनीमातीच्या भांड्यांवर गडद निळ्या रंगात नक्षीकाम असलेली क्रॉकरी गोव्यात विकत मिळतील. पांढऱ्याशुभ्र रंगावर गडद निळा रंग हा एक प्रकारचा गोव्यातला पोर्तुगीज कलर कोड होऊन बसलेला आहे.

गोव्यातल्या घरांचा अंतर्भाग हा जवळपास सर्व ठिकाणी सारखाच असतो. घराचा मुख्य दरवाजा मध्यभागी आणि त्याच्या दोन्ही बाजूंना मिती साधलेल्या खोल्या असतात. घरात प्रवेश केल्यावर मोठा दिवाणखाना असतो. त्यास पोर्तुगीज भाषेत 'साला' किंवा 'साला दे' व्हिजिता असे म्हटले जाते. या सालाच्या अवतीभोवती इतर खोल्या असतात. त्यामुळे या 'साला' मधून स्वयंपाक घर, शयनगृहे म्हणजे बेडरूम्स, जेवणाची खोली अशा भागांमध्ये सरळपणे जाता येते. दोन मजली घर असल्यास या 'साला' मधून वरच्या मजल्यावर जाईल असा वळणदार जिना असतो. वरच्या मजल्यावर आणखी काही शयनगृहे असतात. गोव्यातल्या जवळपास सर्वच्या सर्व घरांना आतून सपाट लाकडी छप्पर असते आणि त्यावर त्रिकोणी आकाराचा उतरता कौलारू ढाचा असतो.

कॅथॉलिक प्रभावामुळे गोव्यामध्ये खूप ठिकाणी चर्चेस आहेत. अगदी छोट्या आकाराच्या चॅपलपासून ते सर्वात मोठ्या अशा सी कॅथेड्रल आणि बॅसिलिका ऑफ बॉम जीजसपर्यंत विविध आकाराचे हे आणि असे विविध प्रकारचे चर्चेस आपले लक्ष वेधून घेतात. सर्वसाधारणपणे चर्चेसना बाहेरच्या बाजूने पांढराशुभ्र रंग दिलेला असतो. त्यामुळे त्या-त्या भागात असे पांढरेशुभ्र चर्चेस अत्यंत उठून दिसतात. साहजिकच त्यांचे फोटोदेखील अत्यंत सुंदर निघतात. चर्चच्या दर्शनी भागात उंचच्या उंच भिंती आणि दोन्ही बाजूस मिती साधलेले मोठे स्तंभ असतात. चर्चेसच्या या दर्शनी, उंचच उंच आणि भव्य भिंतीवरून

बघणाऱ्यांचे लक्ष खालपासून आपोआपच वरवर जात आकाशाकडे जाते. म्हणजे चर्चेसच्या माध्यमातून नजर वर करत लोकांना स्वर्गानुभूती व्हावी, अशा उद्देशाची ही रचना. चर्चच्या आतल्या भागात ऊर्ध्वदिशाभ्रम व्हावा असे अनेक वळणदार स्तंभ असतात. मुख्य दर्शन स्थळ म्हणजे ऑल्टर, त्याच्या मागची भिंत अत्यंत भव्यदिव्य अशी केलेली असतात. त्यामध्ये, लाकडाचे अथवा मातीचे सुबक असे नक्षीकाम करून त्यावर सोनेरी मुलामा दिलेला असतो. चर्चच्या आत, वरील भागांमध्ये अनेक देवदूत आदी पौराणिक पात्रांची शिल्पे असतात. चर्चची ही जी विशिष्ट वास्तू रचना असते तिला 'बरोक' वास्तुरचना असे म्हणतात. ही वास्तुरचना सर्वप्रथम रोममध्ये सोळाव्या शतकाच्या अखेरीस आणि सतराव्या शतकाच्या सुरुवातीस कॅथॉलिक चर्चकडून जाणीवपूर्वकपणे प्रचलित केली गेली. प्रॉटेस्टंट सुधारणावाद्यांपासून लोकांचे लक्ष इतरत्र आकर्षित करण्यासाठी म्हणून अशा प्रकारच्या चर्चची रचना त्याकाळात केली जाऊ लागली जेणेकरून त्या चर्चच्या वास्तूकडे पाहताना लोकांचे कुतूहल जागृत व्हावे आणि त्यांच्या मनात आदरभाव निर्माण होत जावा, अशी त्यामागची कल्पना होती. सन १६२५ ते १६७५ यादरम्यान या बरोक वास्तुरचनेने सर्वोच्च कळस गाठला होता. यादरम्यान इटली, स्पेन, पोर्तुगाल, फ्रान्स आणि ऑस्ट्रेलिया येथील अनेक चर्चेस आणि महाल या वास्तू रचनेनुसार उभारण्यात आले. गोव्यात पोर्तुगीज यांचे राज्य असल्याने साहजिकच ती वास्तुरचना गोव्यात यावयास वेळ लागला नाही. पुढे जवळपास सर्व जगभरात या भव्य आणि नक्षीदार वास्तूरचनेचा प्रसार झाला.

बसिलिका ऑफ बॉम जीजस अर्थात ओल्ड गोवा चर्च, सी कॅथेड्रल, चर्च ऑफ अवर लेडी ऑफ इम्मॅक्युलेट कन्सेप्शन अर्थात पंजिम चर्च, मुंबई उच्च न्यायालयाची अल्तिनोवरील इमारत, अल्तिनो भागातलाच आर्चबिशप पॅलेस, चर्च ऑफ सेंट फ्रान्सिस ऑफ असिसी, गोव्याच्या राज्यपालांचे राजभवन, सेंट कॅजेटन्स चर्च, चर्च ऑफ अवर लेडी ऑफ होप या वास्तू खरोखरच अत्यंत अप्रतिम अशा आहेत. ओल्ड गोवा चर्च मध्ये सेंट फ्रान्सिस झेवियर यांचा जतन करून ठेवलेला देह आहे. फ्रान्सिस झेवियर यांचा जन्म ७ एप्रिल १५०६ रोजी स्पेन मध्ये झाला होता. फ्रान्समध्ये शिकण्यासाठी गेले असता

इग्नेशियस ऑफ लोयोला या आध्यात्मिक पुरुषाशी त्यांची गाठ पडली. पुढे ख्रिस्त धर्मातली तत्त्वे आणि उपदेश यांचा प्रसार करण्याची जबाबदारी फ्रान्सिस झेवियर यांचेवर सोपविण्यात आली. फ्रान्सिस झेवियर यांनी आशिया खंडातल्या गोवा, जपान आणि काही समुद्री बेटांना भेटी देऊन तिथे वास्तव्य केले. पुढे, जपानहून चीनकडे रवाना होताना शांगचूआन या बेटावर २ डिसेंबर १५५२ रोजी त्यांचे निधन झाले. पुढे त्यांचा देह दफनभूमीमधून काढून ओल्ड गोवा चर्चमध्ये आणून ठेवण्यात आला. तो जवळपास आजतागायत तिथेच आहे. तो देह भारतामध्ये येईपर्यंत एक हात आणि काही बोटे यांना क्षती पोहोचली होती. आजही तो देह एका काचेच्या पेटीत ओल्ड गोवा चर्च मध्ये एका उंच स्थानी ठेवलेला आहे. दरवर्षी ३ डिसेंबर रोजी फीस्ट ऑफ सेंट झेवियर अर्थात गोयंचो सायेबाची फेस्त मोठ्या धामधुमीत साजरी केली जाते. ३ डिसेंबर रोजी रविवार आल्यास हीच ४ डिसेंबर रोजी साजरी केली जाते. रविवारी कोणतीही फीस्ट आल्यास ती सोमवारी साजरी केली जाते. हे असे का असा प्रश्न जिज्ञासू वाचकास पडू शकतो. त्याचे कारण असे आहे की, सेंट झेवियर यांची ही फेस्त येते डिसेंबर महिन्यात. म्हणजे अॅडव्हेंटच्या महिन्यात. अॅडव्हेंट म्हणजे आगमन. येशू ख्रिस्ताच्या आगमनाची तयारी करणारा हा महिना. पंचवीस डिसेंबरच्या साधारणत: एक महिना अगोदर हा अॅडव्हेंटचा महिना सुरू होतो. दरवर्षी ख्रिसमस या आधीचे चार रविवार हे अॅडव्हेंट मधील रविवार म्हणून मानले जातात त्या चार रविवारांचे महत्त्व अनन्यसाधारण आहे. रविवार हे येशू ख्रिस्तासाठी राखून ठेवलेले असतात. म्हणून अशा रविवारी इतर कोणत्याही संताचे फेस्त आले तर ते सोमवारी साजरे केले जाते. असो.

कोकणीमध्ये सेंट झेवियर यास गोयंचो सायेब असे अत्यंत प्रेमाने आणि आदराने म्हटले जाते. देशोदेशींचे पर्यटक आणि भक्त त्यावेळी गोव्यामध्ये असतात. त्यादिवशी गोव्यामध्ये सार्वजनिक सुट्टी जाहीर केलेली असते. मुख्य म्हणजे सर्व जातीधर्मातले लोक या फेस्तमध्ये सामील होत असतात. त्यादिवशी म्हणजे ३ डिसेंबरच्या फेस्तच्या दिवशी ओल्ड गोवा चर्च परिसरात मुंगीला देखील चालायला जागा नसते. असो. तेव्हा गोव्याला जाऊन ओल्ड गोवा चर्चची वास्तू बघितली

नाही तर राहिले काय.

गोव्याचे राजभवन देखील अगदी पाहण्याजोगी वास्तू आहे. मुख्य म्हणजे सन २०१९ साली ही वास्तू पर्यटकांसाठी खुली करण्याचा निर्णय घेण्यात आला. त्यामुळे आठवड्यातून एक दिवस ही वास्तू पर्यटकांसाठी खुली ठेवली जाते. दोनापावला येथे जो समुद्र आहे, त्या समुद्रालगत एक उंच टेकडी आहे. समुद्राचे पाणीही या टेकडीच्या पायथ्याशीच खेळत असते आणि जबरदस्त लाटा येऊन धडकत असतात. या टेकडीवर हे तब्बल ८८ एकर एवढा परिसर असलेले राजभवन स्थित आहे. त्यास राजभवनाचा दर्जा मिळेपर्यंत त्याचे पूर्वीपासूनचे पोर्तुगीज नाव पॅलेशिओ दो कॅबो असे होते. कॅबो म्हणजेच केप. केप हा पोर्तुगीज शब्द. सर्वसाधारणपणे समुद्र आणि जमीन यांचे जिथे मिलन होते त्या भागास पोर्तुगीज भाषेत केप असे म्हटले जाते. त्यामुळे पॅलेशिओ दो कॅबो म्हणजे समुद्रकिनाऱ्यावरील पॅलेस असे ढोबळमानाने म्हणता येईल. त्याचे बांधकाम सोळाव्या शतकात सुरू झाले होते. सन १५४० मध्ये पोर्तुगीजांचा आठवा गव्हर्नर एस्तेवांव दी गामा याने गोवा बंदराचे रक्षण करण्याकरता काहीशी तटबंदी करण्याचा विचार केला. त्यावेळच्या प्रचलित पद्धतीनुसार त्या टेकडीवर लगेच एक चर्च आणि एक किल्ला उभारण्यात आला. त्यानंतर काही काळानंतर हा महाल आर्चबिशपसाठी दिला गेला. आणि त्यानंतर काही काळानंतर गोव्याच्या पोर्तुगीज गव्हर्नर यांचे तो निवासस्थान होऊन बसला. पोर्तुगीज गेल्यानंतर आता तो गोव्याच्या राज्यपालांचे राजभवन म्हणून वापरला जातोय.

गोव्यात आणखी एक बाब प्रकर्षाने जाणवते ती म्हणजे मंदिरे आणि चर्चेस मधील कमालीची स्वच्छता. तसेच पोर्तुगीज प्रकारच्या घरांच्या आणि बंगल्यांच्या बाजुला असलेली स्वच्छता. कोठे घाण नाही, प्लास्टिकच्या पिशव्या फेकलेल्या नाही, पाण्याचे ग्लास, खाद्यपदार्थांची पाकिटे, केरकचरा या मंदिरे आणि चर्चच्या परिसरात कधी दिसून आला नाही. तसेच घरादारांच्या आणि बंगल्यांच्या बाजूला देखील बाग-बगीचे, फुलझाडे आणि सुव्यवस्थित ठेवलेली दिसून येतात. हे फार लक्षात ठेवण्याजोगे आहे.

गोव्यातल्या पोर्तुगीजकालीन घरांमध्ये लाकडी फर्निचर असते.

पोर्तुगीज पद्धतीच्या फर्निचरमध्ये लाकडामध्ये कोरीव नक्षीकाम केलेले असते. त्या नक्षी मध्ये बिनचूक मिती साधलेली असते. त्यामुळे ते फर्निचर म्हणजेच एक उत्कृष्ट कलाकृती असते. अशा फर्निचरला गडद चॉकलेटी किंवा काळसर लाकडी रंगाचे पॉलिश केल्याने फर्निचर चमकून उठते आणि ते आणखी सुंदर दिसू लागते. घरातला अंतर्भाग त्यामुळे अत्यंत भारदस्त दिसतो. अजूनही गोव्यात जुन्या पोर्तुगीज पद्धतीच्या फर्निचर वस्तूंची अनेक दुकाने आहेत.

गोव्यातली बीचेस आणि इतर गोष्टी पाहण्यासाठी पर्यटक गर्दी करतात. पण या जुन्या पोर्तुगीजकालीन वास्तुंकडे पर्यटक फारसे लक्ष देत नाहीत. आणि जरी दिले तरी ते त्या वास्तूचे दोन-चार फोटो काढण्यापलीकडे नसते. गोव्यात गेल्यावर या वास्तूंनादेखील आस्थेने भेट दिली पाहिजे. त्यांची विचारपूस केली पाहिजे. त्यांच्याशी संवाद साधला पाहिजे. त्या वास्तूंना प्रश्न विचारले पाहिजेत. मग, बघा त्या वास्तु तुमच्याशी बोलायला लागतात की नाही.

इस अंजुमन में आपको,
आना हैं बारबार,
दीवारो-दर को गौर से,
पहचान लिजीए ।

◆

जंबल सेल...

गोव्यात जंबल सेल हा एक अभिनव उपक्रम बघावयास मिळाला. जंबल सेल म्हणजे एक विशिष्ट कन्सेप्ट आहे. लोकांनी वापरलेल्या सर्व जुन्या वस्तू, अगदी वापरलेल्या चप्पलेपासून ते टेलिव्हिजनपर्यंत, एखाद्या सामाजिक संस्थेने एकत्र कराव्यात. त्यांचे मग सॉर्टिंग करावे. त्यानंतर एखादे दिवशी एखाद्या सार्वजनिक ठिकाणी त्या विक्रीकरता ठेवाव्यात. गरीब गरजू लोकांनी मग त्या स्वतःकरिता अत्यंत माफक किंमतीत विकत घ्याव्यात. किंवा श्रीमंत लोकांनी आपल्या गरजू नोकर-चाकरांसाठी विकत घ्याव्यात. असा हा एकंदरीत साधा सरळ व्यवहार. त्या वस्तूंच्या विक्रीतून जे पैसे जमा होतात तेही मग एखाद्या अनाथाश्रमास दान केले जातात अथवा गोरगरिबांसाठी, अनाथ मुलामुलींसाठी त्यातून काहीतरी चांगले उपक्रम राबविले जातात. म्हणजे एक प्रकारचे कल्याणकारी अर्थशास्त्रच जणू.

एकदा पहाटे वर्तमानपत्र वाचत बसलो होतो. गोव्यात तेव्हा माझी बदली होऊन काही महिनेच झालेले होते. गोव्यात असताना हेराल्ड आणि नवप्रभा ही अनुक्रमे इंग्रजी आणि मराठी माझी दररोजची वृत्तपत्रे. गोव्याच्या वर्तमानपत्रात आज किंवा पुढील काही दिवसांत कोठे कोठे काय काय कार्यक्रम आहेत यांची सर्व यादी वर्तमानपत्रात एखाद्या पानावर दररोज दिली जाते. गोवा म्हणजे वर्षभर सळसळता उत्साह. येथे संगीतापासून ते अगदी पाव बनविण्याच्या क्लासेसपर्यंत सर्व प्रकार अव्याहतपणे वर्षभर चालू असतात. अगदी दररोज म्हटले तरी चालेल. तेव्हा, अमुक अमुक ठिकाणी जंबल सेल आहे असे माझ्या एके दिवशी वाचनात आले. जंबल सेल हा शब्दप्रयोग मी प्रथमच ऐकत होतो. साहजिकच मनात कुतूहल निर्माण झाले. संपर्कासाठी जो मोबाईल नंबर

दिलेला होता, त्यावर मी लगेच कॉल लावला. सर्व माहिती घेतली. जुन्या वस्तू कुठे गोळा केल्या जातील, आणि नंतर त्या वस्तू विक्रीसाठी कोठे ठेवल्या जातील याची व्यवस्थित माहिती करून घेतली. जंबल सेलच्या तारखेअगोदर सुमारे महिन्याभरापासून त्याची जाहिरात केली जाते. जेणेकरून जास्तीत जास्त जुन्या वस्तू लोकांनी आणून जमा कराव्यात. असे जंबल सेल गोव्यात दोनतीन ठिकाणी भरतात.

जंबल सेलच्या दिवसाची मग आतुरतेने वाट बघत होतो. हा जंबल सेल जो मी प्रथमच अनुभवणार होतो, तो आयोजित केला होता पणजीतल्या एका खाजगी लायब्ररीने. गोव्याच्या कंपाल भागातल्या जिमखान्याजवळ या सेलचे नियोजित ठिकाण होते. तिकडे जाण्याचा रस्ता व्यवस्थित माहिती करून घेतला. अर्थात गोव्याच्या नंतरच्या वास्तव्यात मला पणजीतले गरजेपुरते रस्ते चांगले माहिती झाले होते. त्यात अठरा जून मार्ग म्हणजे पणजीची शान. चारचाकी गाडी पेक्षा दुचाकीवरून फिरल्यास रस्ते नीट अवगत होतात. दुचाकी पेक्षा पायी फिरल्यास रस्ते आणखी नीट अवगत होतात. रस्ते माहीत करून घ्यावयाचे असल्यास आणि वेळेची बचत करावयाची असल्यास दुचाकी शिवाय पर्याय नाही. त्यामुळे अगदी रात्री बुलेटवरून मोकळ्याढाकळ्या रस्त्यांवर बुलेटच्या सायलेन्सर मधून राग भीमपलासी आळवीत फेरफटका मारणे हा माझा जुना स्ट्रेस रिलिव्हिंग छंद. गोव्यात बुलेट चालविण्याचे तर फार फॅड आहे. गोव्यात पर्यटक लोक बुलेट भाड्याने घेऊन चालवीत असतात. सीझन नसेल तेव्हा दिवसाला एक हजार आणि जेव्हा सीझन असेल म्हणजे ऑक्टोबर ते मार्च पर्यंत दिवसाला सुमारे तीन ते चार हजार रुपये मोजून हौशी पर्यटक गोव्यात बुलेटवर फिरत असतात. स्वतःची बुलेट असल्याने माझ्यासाठी ते आपोआपच सोयीचे ठरले होते. असो. तर, जंबल सेलच्या निमित्ताने कंपाल भागाची माहिती मिळवली आणि जंबल सेलचे ठिकाण अचूकपणे माहीत करून ठेवले. अर्थात माझी ही सगळी धडपड तिथे विक्रीस आलेली जुनी पुस्तके हस्तगत करण्यासाठी होती, हे वेगळे सांगावयाची गरज नाही.

तो जंबल सेल रविवारी म्हणजे सुट्टीच्या दिवशी होता. नंतर माहीत होत गेले, हे जंबल सेल रविवारीच असतात. संपूर्ण सेलमध्ये मी

फेरफटका मारला. जुन्या चपला बूटांपासून ते अगदी महागड्या उंची वस्त्रांपर्यंत सर्व काही विकावयास आले होते. काही लोकांनी तर अगदी त्यांच्या घरातल्या जुन्या फोटोफ्रेम्स देखील जंबल सेलसाठी दिलेल्या होत्या. काही लोकांनी संगीताच्या आणि व्हिडीओ गेम्सच्या जुन्या सीडीज देखील दिल्या होत्या. मला आश्चर्य वाटले की मोठमोठ्या गाड्यांमधून लोक येत होते आणि काही वस्तू खरेदी करून घेऊन जात होते. नंतर समजले की हे मोठे लोक त्यांच्या घरातल्या नोकर चाकरांसाठी अशा सेलमधून वस्तू विकत घेत असतात. बरेचसे तरुण-तरुणी देखील तिथे फॅशनेबल कपडे विकत घेताना मला दिसले. मग मी माझा होरा पुस्तकांकडे वळविला. त्या पुस्तकांच्या किंमती ऐकून मला आश्चर्य वाटले. काही पुस्तकें दहा रुपयात तर काही पुस्तकें वीस रुपयात. जास्तीत जास्त शंभर रुपये. अशा त्या किंमती होत्या. बरे, पुस्तकांची अवस्था चांगली होती. सर्व पुस्तकांची पाने आणि बाइंडिंग अत्यंत सुस्थितीत होती. कव्हर पेजेस देखील अत्यंत स्वच्छ होती. बऱ्याच पुस्तकांवर तर नावं देखील टाकलेली नव्हती. निःस्पृह वाचकांची असावीत ती. त्या जंबल सेलमध्ये मला काही अप्रतिम जुनी पुस्तके अगदी स्वस्त मिळाली. जुनी पुस्तके घेण्याचा आनंद काही औरच असतो. जुने पुस्तक घेताना किती तरी विचार येतात मनात. अगोदर ते कोणी वाचले असेल. आधीच्या व्यक्तीने ते वाचले तरी होते की नुसतेच शो म्हणून घेऊन ठेवले होते. किती वाचकांच्या हातून ते गेले असेल किंवा किती खरेदीदारांनी ते या अगोदर घेतले असेल. असे कितीतरी प्रश्न मनात येतात. असो. कोणतेही पुस्तक घेतले की घरी आल्याबरोबर त्यावर खरेदीची तारीख, खरेदी किंमत आणि कोणत्या गावी ते पुस्तक विकत घेतले हे लिहून ठेवण्याचा माझा कटाक्ष. त्यात एक प्रकारचा आनंद असतो. पुढे अनेक वर्षांनी अमुक एक पुस्तक कुठून घेतले, कसे घेतले ते चट्कन आठवते. अशा नोंदी म्हणजे भूतकाळाच्या खुंटीवर लटकविलेले वाड्मयीन आठवणींचे सदरेच जणू!

या सेलमध्ये अनेक लहान मुलेदेखील आवडीने पुस्तक खरेदी करताना मी बघितली. गोव्यामध्ये वाचनसंस्कृती प्रचंड रुजलेली आहे. एकदा गोव्यात 'किलो वर पुस्तके' असे प्रदर्शन आले होते. केवळ दोन दिवसात आठशे किलो पुस्तके विकली गेल्याची बातमी वर्तमानपत्रांत

आली होती. दिल्लीमध्ये जेव्हाही माझे जाणे होते, तेव्हा वेळात वेळ काढून दरियागंज भागात एक फेरफटका मारत असतो. दरियागंज भागात दोनेक किलोमीटर लांब अशी रस्त्यावर पुस्तकेही विक्रीस ठेवलेली असतात. दोन-तीन मोठी दुकाने देखील तिथे आहेत. विशेषतः सर्वात जास्त पुस्तके रविवारी पहावयास मिळतात. तिथे सर्व नवी-जुनी पुस्तके वजनावर विकली जातात. आता ती पुस्तके अधिकृतपणे छापलेली असतात की अनधिकृतपणे तो संशोधनाचा भाग आहे. आता दिल्लीत अशी हजारो किलो पुस्तके विकली जाणे अत्यंत साहजिक आहे. पण गोव्यात एक-दोन दिवसात आठशे ते हजार किलो पुस्तके विकली जाणे हे वाचनसंस्कृती चांगलीच खोल रुजली असल्याचा निदर्शक आहे. असो. ह्या जंबल सेल्सचे आणखी एक वैशिष्ट्य म्हणजे बाजूला लगेच फुड स्टॉल्स लागलेले असतात. मोठमोठ्या साऊंड सिस्टिमवरून लोकांना पदार्थ खाण्याचे आवाहन केले जाते. अनेक परदेशी टुरिस्ट ह्या जंबल सेलमध्ये आल्याचे मी बघितले होते. गंमत म्हणजे तेदेखील काही वस्तू चोखंदळपणे खरेदी करत होते. सर्व स्टॉल्सना कुतूहलाने भेट देत होते.

त्यानंतर, आणखी असाच जंबल सेल मेरशी गावच्या एका चर्चच्या आवारात भरला होता. मेरशी हे पणजीपासून तीन चार किलोमीटर अंतरावर असलेले एक छोटे गाव. पोर्तुगीज भाषेत त्यास मेर्सेस असे म्हटले जाते. या जंबल सेल मधून देखील मला चांगली जुनी पुस्तके मिळाली होती अत्यंत माफक किमतीत. मला आठवते, रीडर्स डायजेस्टचे सन १९९१ च्या अगोदरचे काही अंक मला तिथे प्रत्येकी पाच रुपये या दराने मिळाले होते. जुन्या काळातले रीडर्स डायजेस्टचे अंक वाचून काढणे हा एक भलताच आनंददायी असा वाचन प्रकार आहे. जुन्या रीडर्स डायजेस्टमध्ये जुन्या काळातले टीव्ही, टेप रेकॉर्डर, रेडिओ, चहा यांच्या जाहिराती बघितल्यास एक सुंदर नॉस्टेल्जिया आपणांस पछाडतो. या जुन्या काळातल्या जाहिरातींचे फोटो काढून परिचितांना व्हॉट्सऍपवर पाठवले तेव्हा त्यांची त्या जुन्या जाहिरातींना प्रचंड दाद मिळाली होती. वृद्धांना त्यांचे तारुण्य आणि तरुणांना त्यांचे बालपण आठवले होते. इतका या जुन्या काळातल्या जाहिरातींचा आपल्या मनावर परिणाम होत असतो.

पणजी शहरातल्या डॉन बॉस्को हायस्कूलमध्ये एकदा एक जंबल सेल लागला होता. हा जंबल सेल देखील रविवारीच होता. त्यावेळी म्हणजे, सन २०१८-२०१९ च्या दरम्यान गोवा उच्च न्यायालयाच्या नवीन इमारतीचे बांधकाम प्रगतीपथावर होते. बांधकामाची प्रगती कशी चालू आहे हे बघण्यासाठी उच्च न्यायालयाकडून नियमितपणे निरीक्षण चालत असे. त्या दिवशीदेखील असाच निरीक्षणाचा राऊंड होता. निरीक्षणाचा राऊंड झाल्यावर परतताना ड्रायव्हरला सांगून गाडी थांबविली डॉन बॉस्को हायस्कूललाच. घराच्या रस्त्यावरच होते ते हायस्कूल. दोन-तीन वर्गांमध्ये जंबल सेलसाठी गोळा झालेली सामग्री विक्रीसाठी ठेवण्यात आली होती. येथे देखील अनेक लोक कपडे, घरगुती वापराच्या वस्तू, किचन मधील वस्तू, जुन्या गाण्यांच्या सीडीज, गृह सजावटीच्या वस्तू, चपला बूट अगदी चोखंदळपणे विकत घेत असताना दिसून आले.

त्यानंतर मग माझा हा एक वाढीव छंदच होऊन बसला. वर्तमानपत्रात जंबल सेलच्या जाहिरातीवर लक्ष ठेवणे, घरात जुन्या होत असलेल्या वस्तू, कपडे आधी जमा करणे आणि त्या जंबल सेलच्या दिवशी आवर्जून भेट देऊन येणे. गोव्याच्या माझ्या वास्तव्यात असे जंबल सेल मी आवर्जून बघितले. तिथून अनेक जुनी पुस्तकं विकत घेतली. ती पुस्तके माझ्या वैयक्तिक लायब्ररीचा अविभाज्य भाग बनून बसली आहेत.

या जंबल सेलची आणखी एक गंमतीशीर आठवण म्हणजे एकदा २ फेब्रवारी २०२० रोजी एक जंबल सेल होता. म्हणून घरातले जुने कपडे पिशवीत घातले. सेलला अजून पंधराएक दिवस होते. त्या कपड्यात माझ्या पाच पांढऱ्या विजारी होत्या. रजिस्ट्रीत काळी विजार असायची. त्यामुळे पांढऱ्या विजारी कपाटात पडून होत्या. सहज मनात शंकेची पाल चुकचुकली. म्हटले, ५ फेब्रुवारीला गोव्यात दोन वर्ष पूर्ण होताहेत, बदलीची ऑर्डर आली तर. रजिस्ट्रीत पूर्ण तीन वर्षे आपण राहू याची शाश्वती नसते. मनिषाला म्हटले, दोन पांढऱ्या विजारी असू देत, परत डेस वर्किंग सुरू झाले तर पांढऱ्या विजारींसाठी ऐनवेळी धावपळ नको. असं म्हणून दोन विजारी ठेवून घेतल्या आणि बाकी तीन विजारी आणि इतर कपडे देऊन टाकले जंबल सेलला. पुढे खरोखरच

बदलीची ऑर्डर आली. २३ जानेवारीला. वसई येथे जिल्हा न्यायाधीश म्हणून माझी नेमणूक झाली होती. दोन वर्षांनंतर परत माझे न्यायालयीन कामकाज म्हणजे डेस वर्किंग सुरू झाले. कोर्टात वकिली करत असल्यापासून मी पांढऱ्या विजारीस प्राधान्य देत असे. असो.

असे प्रकर्षाने वाटते की सर्व देशभरात, गावागावांत गोव्यासारखे जंबल सेल भरावयास हवेत. या जंबल सेलच्या माध्यमातून स्वार्थ आणि परमार्थ दोन्ही साधले जातात. मुख्य म्हणजे आपल्या घरातल्या जुन्या वस्तू कुठेतरी गरजू हातात जाऊन पडतात. त्याचे पुण्य वेगळेच. घरात जुन्यापुराण्या आणि वापरात नसलेल्या वस्तू अडगळ म्हणून धूळ खात पडलेल्या असतील तर घरामध्ये लक्ष्मी येण्यास तो अडसर असतो असे म्हणतात! पण या जंबल सेलच्या निमित्ताने घरातली ही 'समृद्ध अडगळ' बाहेर काढता येते. आपसूकच लक्ष्मीच्या मार्गातला तो अडसरही दूर होऊन जातो! त्या निमित्ताने आपल्या घरातला नीटनेटकेपणा आपोआपच वाढीस लागतो, तो काय कमी आहे? तसेच आयोजकांना या जुन्या वस्तूंच्या विक्रीतून जो पैसा मिळतो तो देखील सामाजिक कार्यासाठीच वापरला जातो. त्यामुळे जंबल सेलच्या माध्यमातून हे एक जे नावीन्यपूर्ण आणि बॅलन्सिंग अर्थकारण साधले जाते ते केवळ अत्यंत परिणामकारक. थोर जागतिक अर्थतज्ज्ञ अमर्त्य सेन यांचा एक अप्रतिम ग्रंथ आहे. आयडिया ऑफ जस्टीस. त्यात त्यांनी समाजातील विविध घटकांना खरा न्याय कसा मिळू शकेल याची अगदी अभिजात मांडणी केली आहे. निसर्गातल्या आणि देशातल्या विविध साधनसंपत्तीचे सम्यक वितरण साधता आले तरच त्याला सर्वंकष न्याय म्हणता येईल, असा कल्याणकारी समाजव्यवस्था अभिप्रेत असलेला न्यायसिद्धांत या ग्रंथातून अधोरेखित केला गेला आहे. मला वाटते, जंबल सेल हा कुठेतरी त्या सम्यक न्यायाच्या दिशेने एक सकारात्मक पाऊल आहे.

अखेरीस सांगावेसे वाटते, सन २०१८-१९ मध्ये संपूर्ण गोवा राज्याची अधिकृत लोकसंख्या सुमारे चौदा लाखाच्या आसपास होती. त्यावेळी महाराष्ट्र राज्याची लोकसंख्या सुमारे अकरा कोटी. जेथे हे जंबल सेल भरत त्या पणजी शहराची लोकसंख्या त्यावेळी होती केवळ अडीच-तीन लाख. त्यामुळे जास्त लोकसंख्या असलेल्या गावांमध्ये जर

असे जंबल सेल भरले गेले तर त्यांना प्रतिसादही तेवढ्या मोठ्या प्रमाणावर मिळू शकतो. संपूर्ण देशपातळीवर लहान मोठ्या शहरांमध्ये स्वार्थ आणि परमार्थ साधणाऱ्या जंबल सेलचे प्रयोग व्हायलाच हवेत. कल्याणकारी अर्थशात्र म्हणतात ते हेच.

◆

बुक डिस्कशन्स...

ठिकाण: फुन्दासांव ओरिएन्ते, फोंतैईनेश, पणजी. वेळ : सायंकाळचे ६ वाजलेले. विषय : 'सौदाद' या पुस्तकावर बुक डिस्कशन अर्थात चर्चा. फुन्दासांव ओरिएन्ते ही गोव्याच्या फोंतैईनेश भागातली एक प्रकारची आर्ट गॅलरी. फोंतैईनेश हा पणजी गावातला एक रहिवासी आणि अत्यंत सुंदर वास्तुरचना असलेला भाग. फुन्दासांव ओरिएन्तेची वास्तू देखील जुन्या जमान्यातली, भारदस्तपणा असलेली दोन मजली अत्यंत सुबक अशी वास्तू. तळमजल्यावर चर्चेसाठी साधारण वीसेक जणांचा ग्रुप जमलेला. अगदी वीस वर्षाच्या युवकापासून ते ऐंशी नव्वद वर्षांच्या वृद्धांपर्यंत सर्वजण या चर्चेसाठी सायंकाळी सहाच्या बऱ्याच आधी आलेले. चर्चा सुरू होण्याअगोदर उपस्थितांना चहा बिस्किटे देऊन स्वागत करण्यात आले. त्यानंतर नेहमीप्रमाणे कार्यक्रम अगदी वेळेवर सुरू करण्याचा कटाक्ष. गोव्यात एक पाहायला मिळते की, कार्यक्रमाला जी वेळ दिलेली असते बरोब्बर त्याच वेळेला कार्यक्रम सुरू होतो.

तेव्हा, सर्वजण ठीक सहा वाजता खुर्च्यांवर स्थानापन्न होतात. समोर दोन खुर्च्या. त्यात एका खुर्चीवर साक्षात या पुस्तकाची लेखिका आणि तिच्याशी चर्चेचे सूत्रसंचालन करणारा तरुण दुसऱ्या खुर्चीवर. संपूर्ण चर्चा आणि संभाषण, गोवा म्हटले म्हणजे, अर्थातच अस्खलित इंग्लिशमधून. असा हा छोटेखानी कार्यक्रम. अशा या कार्यक्रमास गोव्यामध्ये बुक डिस्कशन म्हटले जाते. अशा कार्यक्रमांमध्ये ज्या पुस्तकावर चर्चा असते, शक्यतो त्या पुस्तकाच्या खुद्द लेखकासच आमंत्रित केलेले असते. त्यामुळे त्या लेखनाचे अंतर्मन वाचकांना जाणून घेता येते. किती सुंदर कल्पना आहे ही!

सौदाद हा तसा मूळचा पोर्तुगीज शब्द. त्याचे इंग्रजीतून स्पेलिंग saudade असे आहे. सौदाज्जी असा त्याचा ब्राझिलीयन उच्चार आहे. परंतु गोव्यात सौदाद हा उच्चार जरा जास्त प्रचलित. खरे पाहता या विशिष्ट पोर्तुगीज शब्दाचे मराठी किंवा इतर कोणत्याही भाषेत बिनचूक वा तंतोतंत भाषांतर जमलेलेच नाही. भाषांतर करताना एखाद्या शब्दाची भावगर्भता आणि आशयघनता आली नाही तर ते बिनसाखरेचे श्रीखंड होते. सौदाद हा शब्द म्हणजे मनाची विरहभावना, व्याकूळता, हुरहुर, खिन्नता किंवा विषण्णता अशा अवस्थांची छटा दर्शवतो. थोडक्यात म्हणजे पूर्वी जे आपल्यापाशी होते, आणि जे आता आपल्यापाशी नाही, जे भूतकाळात गेले आहे किंवा कोठेतरी दूर गेले आहे, जे आता परत अप्राप्य आहे, त्याची राहून राहून जाणीव होणे, आठवण येणे. साधारणतः अशा प्रकारच्या व्याकुळ भावछटा सौदाद हा शब्द दर्शवितो.

सौदाद हे पुस्तक ज्या लेखिकेने लिहिले ती सुनीता पेरेरा दे कॉस्ता जन्माने ऑस्ट्रेलियन. परंतु तिचे आजोळ गोव्यातले. त्यामुळे एक प्रकारे तिची गोव्याबद्दलची संपूर्ण व्याकूळता सौदाद नॉवेल्ला म्हणजे लघुकादंबरीतून व्यक्त झालेली आहे. साधारणतः दीडेक तास चाललेल्या या बुक डिस्कशन दरम्यान लेखिकेने या लघु कादंबरीतल्या अनेक प्रसंगांचे धागेदोरे प्रत्यक्ष उलगडून सांगितले. थेट लेखकाशी साधलेल्या अशा सांवादिक प्रयोजनामुळे एखादे पुस्तक कसे जन्माला आले, याची कहाणी थेट लेखकाकडून ऐकायला मिळते. कोणत्या मानसशास्त्रीय प्रक्रियेतून त्या पुस्तकाला विविध पदर पडत गेले, त्याची जडणघडण होत गेली, त्याची माहिती थेट लेखकाकडून आपल्याला मिळते. त्यामुळे आपल्यातल्या वाचकासाठी केवळ अवर्णनीय असा हा अनुभव असतो. सिनेमापेक्षा पुस्तक वाचण्याचा खरा फायदा हा असतो की, तिथे वाचकाला प्रत्येक प्रसंग त्याच्या मनानुसार, त्याच्या कल्पनेनुसार रंगविता येतो. चित्रपटांमध्ये तसे नसते. तिथे प्रसंग हा दिग्दर्शकाने रंगवलेला असतो. प्रेक्षकाला तो प्रसंग आपल्या मनानुसार रंगवून पाहण्याचे स्वातंत्र्य नसते. त्यामुळे चित्रपटापेक्षा मूळ कादंबरी वाचताना जास्त आनंद मिळाला. तिथे वाचक कल्पनाविश्वात हव्या तेवढ्या भराऱ्या मारू शकतो.

याचे उत्तम उदाहरण म्हणजे फ्रेडरिक फोरसाइथची 'द डे ऑफ द

जॅकल' ही कादंबरी. या कादंबरीत लेखकाने सर्वच्या सर्व प्रसंग इतके अद्भुतपणे रंगविले आहेत की, वाचक त्या प्रत्येक प्रसंगाचे आपल्या मनोविलासानुसार चित्रण करून घेतो आणि ती कादंबरी वाचत जातो. तिथे वाचकाच्या मनोविलासावर बंधन नसते. तसेच, कादंबरीतल्या प्रत्येक पात्राची व्यक्तिरेखा, त्याचे व्यक्तिमत्त्व, त्याची बोलण्याचालण्याची ढब हे वाचक सर्वकाही त्याच्या मनानुसार रचत जात असतो. त्यामुळे पुस्तक वाचताना हा वाचक जास्त गुंग होऊन जातो. ही मजा त्या कादंबरीवर आधारित चित्रपटात येत नाही. कारण तिथे दिग्दर्शनाने सर्व आधीच काही ठरवलेले असते. प्रेक्षकाची भूमिका फक्त पडद्यावर दिसते आहे ते बघत बसणे आणि त्यातून जमेल तेवढा आनंद घेणे. असो. सांगायचा मुद्दा असा, ज्यावेळी आपण एखाद्या पुस्तकातला एखादा प्रसंग आपल्या पद्धतीने स्वीकारित असतो, परंतु त्या लेखकाचे जर त्या प्रसंगाबद्दल काही वेगळे मत असेल आणि ते मत अशा चर्चेतून आपल्याला समजले, तर मात्र आपल्याला अधिक काही मिळाल्याचा, अधिक काही माहीत झाल्याचा आणि ज्या छटेमधून लेखकाने तो प्रसंग कागदावर रंगवलेला असतो, ती छटा आपल्या हाती लागल्याचा आनंद होतो. तो साहजिकच एका वेगळ्याच आध्यात्मिक पातळीवरचा आनंद असतो.

मुख्य म्हणजे, अशा कार्यक्रमांमध्ये लेखक त्यांच्या दृष्टीने कादंबरीतली शक्तिस्थळे, मर्मस्थळे जिथे असतात, ते ते परिच्छेद स्वतः प्रत्यक्ष वाचून दाखवतात. उलगडून दाखवितात. ते वाचत असताना लेखकाच्या वाचनातले चढ-उतार, काही अल्प तर काही दीर्घ अवकाश, काही विशिष्ट जागांवर लेखकाच्या उंचावलेल्या भुवया, तर काही ठिकाणी कपाळावर पडलेल्या आठ्या, काही ठिकाणी गंभीर तर काही ठिकाणी तणावरहित चर्या यांतून जणू ते पुस्तक जिवंत होऊन आपल्याशी बोलते आहे असे वाटते. त्या परिच्छेदातली वाक्यरचना, शब्दरचना ही कोणत्या प्रक्रियेतून झाली, ते आपल्याला समजते.

या चर्चेदरम्यान अधूनमधून त्या लेखकाला प्रश्न विचारण्याची वाचकांना मुभा असते. त्या प्रश्नांची उत्तरे लेखक अत्यंत मनोवैज्ञानिक विश्लेषण करून देत असतात. त्यामुळे एकंदरीतच हा कार्यक्रम म्हणजे जणू एखाद्या पट्टीच्या गायकाची मैफल लाइव्ह ऐकल्यासारखा! कोणतीही

संगीत मैफल लाइव्ह ऐकल्याचा फायदा हा असतो की त्यामध्ये गायक वेगवेगळ्या हरकती, ताना आणि वेगवेगळे राग वेगवेगळ्या पद्धतीने आळवून दाखवत असतो. त्यातली मजा काही औरच. तद्वतच, बुक डिस्कशनमध्ये स्वतः लेखक आल्यामुळे त्याच्या लिखाणातल्या विविध परिच्छेदांमध्ये, विविध प्रकरणांमध्ये कोणती रागदारी दडलेली आहे, याची श्रवणभक्ती करण्याचा लाभ उपस्थित वाचकांना मिळतो. सुनीता पेरेरा दे कॉस्ता यांनी त्यांच्या लिखाणातली आर्तता, गोव्याबाबतची हुरहूर,सौदाद... इतक्या सुंदर पद्धतीने उलगडून दाखविली, की ते सर्व ऐकून अगदी मंत्रमुग्ध होऊन गेलो होतो.

असेच एक बुक डिस्कशन खूप आठवते ते म्हणजे पावलो कोएलो यांच्या अल्केमिस्ट पुस्तकावरचे. खरे पाहता हे पुस्तक लिहिले गेले साधारण सन १९९७ मध्ये. मध्यंतरी अनेक वर्षे त्या पुस्तकाबद्दल बरेच ऐकले होते. अगदी बऱ्याच जणांची आयुष्ये त्या पुस्तकाने बदलुन गेली असे देखील कानावर येत होते. मुख्य म्हणजे, मला आठवते, वकिलीत असताना मी पुस्तक प्रदर्शनातून साधारण २००४ मध्ये अल्केमिस्ट विकत घेतले होते. परंतु या ना त्या कारणाने ते वाचावयाचे राहून गेले. त्यानंतर फार पूर्वी त्याच्या मराठी भाषांतराची देखील एक प्रत घेतल्याचे मला आठवते. परंतु मराठी आणि इंग्रजी अशी दोन्ही पुस्तके केवळ शेल्फात जाऊन पडली होती. पुढे अनेक वर्षांनी परत योग जुळून आला. गोव्याला बदली झाल्यानंतर सुमारे एक वर्षानंतर पणजीतल्या एका पुस्तक दुकानात अल्केमिस्ट वर बुक डिस्कशन असल्याचे पेपरात वाचले. अगोदरच मला अल्केमिस्टबद्दल प्रचंड उत्सुकता होती. कुतूहल होते. मी म्हटले, आता ही संधी सोडता कामा नये.

मी आवर्जून त्या बुक डिस्कशनला हजर राहिलो. मला आठवते, अल्केमिस्ट वर त्यावेळी इतकी सुंदर चर्चा झाली होती की, मी तिथे अक्षरश: कानसेन होऊन ती चर्चा ऐकत होतो. महत्त्वाचे म्हणजे, अशा बुक डिस्कशनसाठी येण्याअगोदर उपस्थितांनी ते पुस्तक वाचणे अभिप्रेत असते परंतु सक्तीचे नसते. ज्यावेळी मी त्या बुक डिस्कशनसाठी गेलो होतो, तेव्हा माझ्या लक्षात आले तिथे केवळ मीच असा होतो की ज्याने ते पुस्तक अद्याप वाचले नव्हते. पण मला आठवते, त्यावेळी मी चर्चेदरम्यान प्रश्न विचारला होता, या पुस्तकाचे एवढे गारुड का झाले

होते की त्याच्या लक्षावधी प्रती खपल्या होत्या आणि अजूनही खपत आहेत? गंमत म्हणजे, माझ्या प्रश्नाने थोडावेळ चर्चेचा नूरच पालटून गेला आणि प्रत्येकाने त्याच्या त्याच्या परीने या पुस्तकाची नेमकी काय जादू आहे, त्यावर विश्लेषण सुरू केले होते. त्यानंतर मुख्य सूत्रसंचालिकेने मग चर्चेदरम्यान अल्केमिस्ट मधील काही परिच्छेद वाचून दाखवले. पुस्तकवेड्या गोव्यात टॅब्लेट्सची चलती फार. अशा चर्चांना बरेचसे वाचक टॅब्लेट्स घेऊन येत असल्याचे मी बघितले होते. आणखी एका वाचकाने त्याच्या आवडीचे एक-दोन परिच्छेद टॅबलेट मधून वाचून दाखवले. यामुळे या बुक डिस्कशनपासून प्रेरणा घेऊन पुढील चार-पाच दिवसात अल्केमिस्टचा मी फडशा पाडला.

अर्थात, अल्केमिस्ट मला फार जास्त अपीलींग किंवा दर्जेदार वाटले नाही हे मी इथे प्रामाणिकपणे नमूद करू इच्छितो. या पुस्तकाच्या इतक्या प्रती का खपल्या हेच मला एक गूढ वाटू लागले. पुस्तकाच्या लोकप्रियतेचे मापदंड बदलायला हवे. एखादे पुस्तक किती खपले यापेक्षा किती लोकांनी ते खरोखर वाचले याचे संशोधन व्हायला हवे. बेस्ट सेलर या निकषापेक्षा बेस्ट रेड असा निकष लावणे आवश्यक आहे. कितीतरी लोक पुस्तक नुसते विकत घेऊन दिखाव्यासाठी शेल्फात ठेवत असतील. गंमत म्हणजे अनेकदा एखादा कोरडा वाचक एखादे पुस्तक इतरांना सांगतो. त्यामुळे इतर लोक त्या पुस्तकाच्या वेड्यासारखे मागे लागतात. पण मुळात त्या कोरड्या वाचकानेच ते पुस्तक वाचलेले नसते. पुढे हे जे इतर असतात त्यातले दहापैकी नऊ जण ते पुस्तक वाचत नाहीत आणि परत आणखीन अनेक जणांना त्या पुस्तकाबद्दल सांगत सुटतात. आणि अशा पद्धतीने ते पुस्तक विनाकारण बेस्टसेलर होऊन बसते. पूर्वी मलादेखील पुस्तकं न वाचता अशी इतरांना शिफारस करून त्यांच्या खिशाला खड्डा पाडण्याची सवय होती. पण ती सवय मी वेळीच बंद करून टाकली. असे करण्याने मी नको त्या आणि कधी कधी अगदी फालतू पुस्तकाचा प्रचारक (किंवा ब्रँड ॲम्बॅसेडर!) होऊन बसतो, हे माझ्या ध्यानात आले होते. दुसरे असे की, आपण ज्याला ते पुस्तक वाचावयास लावतो त्याने जर ते खरंच वाचून काढले आणि नंतर कधीतरी त्या पुस्तकाबाबत आपल्याशीच विषय छेडला तर मात्र आपली पंचाईत होऊन बसते. कारण आपणच ते पुस्तक मुळात

वाचलेले नसते. माझ्या बाबतीत असेही एकदा दोनदा झाले होते. ज्ञान दाखवणे सोपे असते, पण अज्ञान लपविणे कठीण असते. बरे, मी एखाद्याला पुस्तकांची शिफारस केली की तो अगदी प्रामाणिकपणे तन-मन-धन खर्चून ते पुस्तक घेतो आणि वाचून काढतो हेही माझ्या लक्षात येऊ लागले होते. हे देखील एक कारण होते ज्यामुळे मी न वाचता पुस्तकांची शिफारस करणे सोडून दिले. आता याउलट असे की, आपल्याला जर कोणी एखादे पुस्तक स्वतः न वाचता शिफारस केले तर आपणही एखाद्या अत्यंत रद्दड पुस्तकाच्या जाळ्यात अडकू शकतो. त्याला उपाय नाही. फार तर असे पुस्तक आपल्यावरचा अत्याचार संपल्यावर (किंवा सुरू होतोय असे लक्षात यायला लागल्यावर लगेचच) त्या शिफारस करणाऱ्यालाच सप्रेम भेट देऊन टाकावे. असो.

दामोदर मावजो हे गोव्यातले जेष्ठ कादंबरीकार, कथालेखक. 'भुरगी म्हगेली ती', 'रुमडफुल', 'चित्तरंगी', 'गांथन', 'जागरणा', 'सपनमोगी', 'तेरेसाज मॅन अँड अदर स्टोरीज' हे त्यांचे गाजलेले कथासंग्रह. कार्मेलिन या त्यांच्या कादंबरीसाठी त्यांना सन १९८३ चा साहित्य अकादमी पुरस्कार मिळाला होता. पर्शियन आखाती देशांतल्या घरकाम करणाऱ्या स्त्रियांचे लैंगिक शोषण आणि हाल-अपेष्टा यांच्यावर आधारित ती कादंबरी आहे. तिचे बारा भाषांमध्ये भाषांतर झाले. एकदा कार्मेलिन याच त्यांच्या कादंबरीवर बुक डिस्कशन होते. त्यावेळी त्यांचे वय ७५ वर्षांचे होते. लायन्झ फ्रँकेझ ही पणजीच्या अल्तिनो भागात असलेली एक संस्था. गोव्याच्या मुख्यमंत्र्यांच्या महालक्ष्मी या शासकीय निवासस्थानाच्या अगदी लगतच्या एका मोठ्या बंगल्यात त्या संस्थेचे कार्यालय आहे. तिथे हे बुक डिस्कशनचे कार्यक्रम नियमित होत असत. दामोदर मावजो हे त्यावेळी अभिव्यक्तीस्वातंत्र्याचे कट्टर पुरस्कर्ते म्हणून गोव्यात प्रसिद्ध होते. दामोदर मावजो यांचे प्राथमिक शिक्षण मराठी आणि पोर्तुगीज भाषेत आणि त्यापुढील शिक्षण इंग्रजी भाषेत झाले होते. कुठेतरी वाचल्याचे किंवा ऐकल्याचे आठवते, द. मा. मिरासदार यांचे वडील पंढरपूरला वकिली करत असत. त्याकाळी बरेचसे पक्षकार कोर्टाच्या तारखेच्या आदल्या रात्री स्वतःची शिदोरी बांधून आणून वकिलाचेच घरी मुक्काम ठोकत. मिरासदार त्यांचे निरीक्षण करीत असत. मिरासदारांच्या कथेतले बरेचसे रसायन त्यांना या पक्षकारांच्या

वागण्या-बोलण्यातून मिळत असे.

तद्वतच, दामोदर मावजो यांचे गोव्यातल्या माजोर्डा या गावी एक परंपरागत जनरल स्टोअर्स होते. पण त्यांच्या घरी शब्दांचेच धन. त्यांच्या बऱ्याचशा कथा या गिऱ्हाईकांशी झालेल्या चर्चांमधून जन्मल्या होत्या! असो. कार्मेलिन या कादंबरीवरील बुक डिस्कशन चांगलेच रंगले होते. कार्मेलिन कादंबरी कशी जन्माला आली, तिच्यात कोणत्या समाजव्यवस्थेचे चित्र आहे हे आणि असे अनेक पदर त्यांनी त्यांच्या ओघवत्या इंग्लिशमधून उलगडून दाखविले. गोव्यामध्ये इंग्लिशचा भारी पगडा. गोव्यात ज्याचा जन्म झाला आणि शिक्षण झाले अशा सर्व लोकांना इंग्लिश बोलीभाषा चांगलीच अवगत आहे. त्यामुळे येथे अगदी भाजीविक्रेत्या पासून ते पेपर विकणाऱ्यापर्यंत सर्वजण अस्खलित व्यावहारिक इंग्लिश बोलत असतात. दामोदर मावजो यांचे इंग्लिश अस्खलित होते हे सांगणे नकोच. मुख्य म्हणजे, चर्चेदरम्यान त्यांनी अगदी ठासून सांगितले की, लेखकाने लिखाण करावे ते त्याच्या मातृभाषेतूनच. गोव्यात कोकणी ही मातृभाषा. त्यामुळे दामोदर मावजोंचे लिखाण हे कोकणीतूनच. त्यांच्या पुस्तकांची इंग्रजीत नंतर इतरांनी भाषांतरे केली आहेत. तेव्हा, एवढ्या मोठ्या लेखकाशी अशा बुक डिस्कशनमुळे संवाद साधण्याची संधी मिळणे, ही माझ्यासाठी फार मोठी बाब होती. आणि मुख्य म्हणजे प्रस्तुतचे पुस्तक* मराठी भाषेत लिहिण्यामागचे तेही एक कारण आहे. बरेच दिवस माझ्या मनात घोळत होते, हे पुस्तक इंग्रजीत लिहावे. पण, अमृतातेही पैजा जिंके..

त्यानंतर, मला आठवते, गोव्याच्या सेंट इनेझ, ज्याला धोपटपणे सांतिनेज असे म्हटले जाते, त्या भागातल्या एका पुस्तक दुकानात माऊस या ग्राफिक नॉवेल अर्थात चित्रात्मक कादंबरीवर एकदा बुक डिस्कशन होते. १९९२ सालचा पुलित्झर पुरस्कार त्या कादंबरीस मिळाला होता. आर्ट स्पिगेलमन हा त्या कादंबरीचा चित्र- लेखक. लहान मुलांच्या जशा कॉमिक्स असतात तशी ही मोठ्या माणसांसाठी

---

* हे पुस्तक प्रकाशनाच्या मार्गावर असताना ७ डिसेंबर २०२१ रोजी बातमी आली. दामोदर मावजो यांना भारतातील सर्वोच्च वाङ्मयीन पुरस्कार ज्ञानपीठ प्रदान करण्यात येणार!

चित्रमय कादंबरी. एक चित्र शंभर ओळींचे काम करून जाते. सन १९३० ते १९४५ या कालावधीत जर्मनी आणि पोलंडमध्ये ज्यू लोकांवर जे हत्याकांड राबविण्यात आले त्याचे समग्र आणि प्रभावी दर्शन माऊसमध्ये बघावयास आणि वाचावयास मिळते. पुलित्झर पुरस्कार मिळवणारी ती पहिलीच चित्रमय कादंबरी. ही जवळपास सत्यकथा आहे असे म्हटले तरी चालेल. कारण यात लेखकाने तो स्वतः आणि त्याचे वडिलांसह इतर कुटुंबीय यांनी नाझी कॉन्सन्ट्रेशन कॅम्पमधून स्वतःची कशी सुटका करून घेतली होती याचे विलक्षण वर्णन आलेले आहे. ही संपूर्ण कादंबरी म्हणजे लेखकाने त्याच्या वडिलांकडून मिळविलेल्या माहितीचे चित्रमय कथा रूपांतर आहे. आजही आठवते, या कादंबरीवरील चर्चा जी संध्याकाळी सहा वाजता सुरू झाली ती रात्री आठ वाजेपर्यंत देखील संपत नव्हती. महत्त्वाचे म्हणजे, पोर्तुगालमधून आलेले एक अगदी वृद्ध जोडपे या डिस्कशनसाठी हजर होते. थोडी विचारपूस करता समजले, पोर्तुगालमध्ये ऑक्टोबर, नोव्हेंबर, डिसेंबरमध्ये प्रचंड थंडी असते. त्यामुळे हे जोडपे दरवर्षी तीन महिने गोव्यात येऊन मुक्काम ठोकत असते. या महिन्यांतली गोव्याची 'हवा' त्यांना आवडते असे त्यांनी सांगितले. मुख्य म्हणजे या बुक डिस्कशनचा जो प्रमुख समन्वयक होता तो एक तिशीच्या आतला तरुण होता. गंमत म्हणजे त्याचे स्वतःचे गोव्यात एक हॉटेल होते. पण त्याचे वाचन अफाट होते. त्याची विश्लेषण क्षमता प्रचंड होती. त्याच्याशी मी स्वतःहून ओळख करून घेतली. तेव्हा समजले की त्याने काही कथा आणि कवितासंग्रह देखील प्रसिद्ध केले आहेत. पुढे मग तो काही दिवस माझा साहित्यिक मित्र झाला हे सांगणे नकोच. हे बुक डिस्कशन संपल्यानंतर मी तिथे अशी सूचना मांडली होती की, बुक डिस्कशनचे कार्यक्रम शक्यतो रविवारी किंवा दुसऱ्या आणि चौथ्या शनिवारी असावेत. कारण ते कार्यक्रन असायचे संध्याकाळी सहा किंवा साडेसहा वाजता. त्यामुळे विविध कार्यालयात काम करणाऱ्या लोकांना सायंकाळी धावपळ करून अशा कार्यक्रमास हजेरी लावावी लागते. गोव्यात बऱ्याच कार्यालयांना पाच दिवसांचा आठवडा आहे. त्यामुळे पहिल्या, तिसऱ्या किंवा पाचव्या शनिवारी बुक डिस्कशनचा कार्यक्रम असल्यास आणि ज्यांना पहिल्या, तिसऱ्या किंवा पाचव्या शनिवारी सुटी नसे

त्यांची धावपळ होत असे. कधीकधी कार्यक्रम संपायच्या वेळी असे लोक पोहोचायचे. गोव्यातल्या माझ्या वास्तव्यात अशा बुक डिस्कशन्सच्या शक्य होईल तितक्या कार्यक्रमांना मी हजेरी लावली.

या बुक डिस्कशनच्या कार्यक्रमांतून मला खूप काही शिकायला मिळाले. नवीन लेखनाची प्रेरणा मिळाली. एक नवीन साहित्य दृष्टी मिळाली. साहित्य निर्मितीचे नवे आयाम समजले. असे बुक डिस्कशन्सचे कार्यक्रम महाराष्ट्रात आणि तेही जास्तीत जास्त प्रमाणात होणे अत्यंत आवश्यक आहे. प्रत्येक शहराशहरात. त्यामुळे साहित्यिक चळवळीला आणि एकंदरीतच ग्रंथ विश्वाला एक नवचैतन्य मिळेल. वाचकांना प्रत्यक्ष लेखकांना भेटण्याची संधी मिळेल. नवलेखकांना लिहिण्याची प्रेरणा मिळेल. ज्यांना लिहिण्याचा कंटाळा आहे त्यांना ऐकण्याची संधी मिळेल. ज्यांना ऐकण्याचा कंटाळा आहे त्यांना बोलण्याची संधी मिळेल. आपल्या स्वतःच्या लेखन प्रक्रियेला ऊर्ध्वदिशा मिळेल. असे काही प्रोत्साहनात्मक धागेदोरे अशा बुक डिस्कशन्समधून अचानक मिळून जातात. एकंदरीतच एखाद्या शहराचे हे साहित्य आणि संस्कृतीमान अशा डिस्कशन्समुळे उंचावत जाईल असे माझे प्रामाणिक मत बनले आहे.

◆

मारिओ मिरांडांची गोवन चित्रे...

दिनांक ११ डिसेंबर, २०११ रोजी गोव्याच्या लोटली या गावी मारिओ मिरांडा यांचे वयाच्या सहाऐंशीव्या वर्षी निधन झाले आणि गोव्याच्याच नव्हे तर आख्या देशाच्या साहित्यिक आणि सांस्कृतिक विश्वातल्या एका परिपूर्ण पर्वाची अखेर झाली. सन २०१२ मध्ये त्यांना मरणोत्तर पद्मविभूषण पुरस्कार बहाल करून त्यांचा सन्मान करण्यात आला. ज्याला भारत देश माहीत करून घ्यावयाचा असेल त्याने गांधीजी वाचावेत आणि ज्यांना गोवा माहीत करून घ्यावयाचा असेल त्याने मारिओ मिरांडांची चित्रे बघावी. वास्तविक पाहता मारिओ मिरांडा यांना चित्रकार नव्हे तर आयसीएस (हल्ली आयएएस) ऑफिसर होण्याची अतोनात इच्छा होती. परंतु नियतीच्या मनात त्यांनी काहीतरी भव्य दिव्य करावे असे असावे. ते जर आयसीएस ऑफिसर झाले असते तर कदाचित त्यांचे नाव फारसे कोणाला माहीत देखील झाले नसते.

असेच ज्येष्ठ विधिज्ञ नानी पालखीवाला यांच्या बाबतीतही झाले होते. नानी पालखीवालांनादेखील आयएएस ऑफिसर होण्याची इच्छा होती. परंतु काही कारणास्तव ते परीक्षेला जाऊ शकले नव्हते. नियतीच्या मनात काही वेगळेच होते. त्यांच्या परीक्षेला न जाऊ शकण्यामुळे एक मोठा इतिहास उलगडत जाणार होता. पुढे ते अतुलनीय वकील झाले. भारतीय सर्वोच्च न्यायालयात त्यांनी केलेल्या अनेक केसेस मधील युक्तीवादांमुळे भारताची राज्यघटना आणि एकंदरीत लोकशाहीच वाचली. त्यांनाही सन १९९८ मध्ये पद्मविभूषण पुरस्काराने सन्मानित करण्यात आले होते. अन्यथा, नानी जर आयएएस ऑफिसर झाले असते तर त्यांचे नाव कदाचित कोणाला कळलेदेखील नसते. तद्वतच मारिओ

मिरांडा अजरामर झाले ते त्यांच्या चित्रांमुळे. आपण नियतीकडून जे इच्छित असतो त्यात आपली वैयक्तिक बुद्धीधारणा असते. परंतु आपण इच्छिलेले टाळून नियती आपल्याला स्वतःहून जे जे देत असते त्यात वैश्विक बुद्धीधारणा असते.

गोव्याला जाऊन मारिओ मिरांडा यांच्याबद्दल माहीत झाले नाही तर विनोदपंढरीला जाऊन द. मा. मिरासदार माहीत झाले नाही, असा काहीसा प्रकार होईल. खरे पाहता मारिओ मिरांडा यांच्या चित्रांवर केवळ एक अपुरा-टपुरा लेख लिहिणे तसे पाहिले तर फार थोडके आहे. त्यांच्या चित्रांवर एक स्वतंत्र पुस्तक लिहून होऊ शकते किंवा पी.एचडी. चा प्रबंध लिहून होऊ शकतो. त्यांच्या चित्रांमधून गोव्याचे दर्शन घडते ते इतके चपखल आणि समर्पक की वाचकांना त्याबद्दल माहिती होणे अत्यंत गरजेचे आहे. त्यामुळे, जिज्ञासूंना किमान जुजबी माहिती तरी व्हावी म्हणून मिरांडा यांच्या चित्रांवर केलेला हा लेखप्रपंच.

मारिओ मिरांडा यांची चित्रे फक्त गोव्यातच प्रचलित आहेत असे नाही. संपूर्ण जगात त्यांची व्याप्ती आहे. त्यांच्या चित्रांची आणि व्यंगचित्रांची एक विशिष्ट ढब आहे. एक विशिष्ट धाटणी आहे. त्यामुळे ही चित्रे मारिओ मिरांडा यांची आहेत हे समजायला अवकाश लागत नाही. गोव्याच्या विमानतळावर आणि गोव्यातील इतरही अनेक ठिकाणी त्यांच्या चित्रांची दुकाने आहेत. तसेच, सिरॅमिक टाईल जिला पोर्तुगीज भाषेत 'अझुलेओ' म्हणतात, अशा मारिओ मिरांडा यांची चित्रे असलेल्या अझुलेओ देखील मिळतात. अनेक ठिकाणी त्यांची म्युरल्स म्हणजे मोठी भित्तिचित्रे बघावयास मिळतात. त्यांच्या चित्रांची आणि व्यंगचित्रांची पुस्तके देखील उपलब्ध आहेत. हे सांगण्याचा उद्देश असा की या सर्व गोष्टींमधून मारिओ मिरांडा यांच्या अद्वितीय चित्रकलेचे दर्शन आपल्याला घडत असते. गोवा पाहतात लाखो लोक, पण गोवन जीवनातले मारिओ मिरांडांनी रेखाटलेले बारकावे बघण्याची मजा काही औरच. त्यांच्या चित्रांमध्ये गोवन जीवनपद्धती मधले बारकावे इतक्या अचूकपणे आणि चपखलपणे टिपले आहेत, की गोव्याचे दर्शन प्रत्यक्षात जेवढे घडते त्यापेक्षा मारिओ मिरांडा यांच्या चित्रांमध्ये जास्त घडते, असे म्हटले तर वावगे ठरणार नाही. त्यामुळे घरात बसून एखाद्याला गोवा बघायचा असेल तर त्याने ही चित्रे बघितली तरी चालेल, असे गंमतीत

म्हणता येईल. गोवन जीवनपद्धतीवरील मिरांडा यांची चित्रे बघावी आणि त्यांनी टिपलेले बारकावे त्या चित्रांत हुडकत बसावे, असा माझा जणू छंदच होऊन बसला आहे. तशी मिरांडांच्या चित्रांना गणतीच नाही. पण वानगीदाखल काही निवडक, प्रातिनिधिक चित्रांमधील बारकावे उलगडून दाखवण्याचा या लेखात प्रयत्न करता येईल.

मिरांडा यांच्या चित्रांमध्ये गोव्यातल्या पोर्तुगीज घरांचे हुबेहूब दर्शन घडते. एक चित्र असे आहे. एका पोर्तुगीज धाटणीच्या घराच्या खालच्या पायरीवर एक तरुण गिटार वाजवत बसला आहे. वरच्या पायरीवर एक तरुणी त्याच्याकडे डोळे विस्फारून पाहात आहे. ती कदाचित त्याची बहीण किंवा पत्नी असावी. घराच्या दरवाजातून त्याचे वडील आणि खिडकीतून त्याची आई त्याच्याकडे आश्चर्याने पाहत आहेत. घराच्या बगीच्यातून दोन शेजारी नवरा-बायको गुपचूपपणे पण विस्मयाने त्या तरुणाकडे पाहत आहेत. त्या तरुणाला या कशाचीच तमा नाही. हे महाशय गिटार वाजवण्यात मशगुल. आता या चित्रातून कितीतरी अर्थ निघतील. ही तर मिरांडा यांची खासियत आहे. म्हणजे, कामधंदा सोडून हा तरुण काय गिटारच्या मागे लागला आहे, असा एक नकारात्मक अर्थ निघू शकतो. तर, हा तरुण काय सुंदर गिटार वाजवायला लागला आहे आणि म्हणून सर्वजण त्याच्याकडे चकित होऊन पाहताहेत, असाही एक सकारात्मक अर्थ निघतो. मिरांडा यांच्या चित्रांचे प्रमुख वैशिष्ट्य हे की प्रत्येक पात्राच्या चेहऱ्यावर वेगवेगळी भावछटा दर्शविलेली असते. त्या पात्रांचा पेहराव इतक्या अचूकपणे रेखाटलेला असतो की कोणीही ते पाहताच म्हणू शकेल की हा गोवन पद्धतीचा पेहराव आहे.

गोव्यात पोदेराचे महत्त्व फार. पोदेर म्हणजे सायकलवरती फिरून फिरून गोव्यामध्ये ठिकठिकाणी पाव विकणारा. पोदेर हा पोर्तुगीज शब्द आहे. कोकणीत त्याला पदेर म्हणतात. या पोदेराचे मिरांडांनी ने काढलेले चित्र अत्यंत सिम्बॉलीक होऊन बसले आहे. ढेरी सुटलेला एक पोदेर सायकलवरून चाललेला. तोंडात सिगार सारखी धूम्रपान कांडी. सायकलला पॉम् पॉम् वाजणारा रबरी फुग्याचा भोंगा. आणि डोक्यावर पावाची झाकलेली टोपली. मिरांडाचा हा चित्रातला पोदेर इतका प्रचलित झाला आहे की गोव्यात अनेक ठिकाणी चित्रात दिसणाऱ्या या पोदेराचे

अक्षरशः पुतळे उभे केलेले आहेत. रेखाटलेल्या प्रतिमा मूर्त स्वरूपात अवतरणे हे एखाद्या चित्रकाराच्या दिव्य प्रतिभेचे लक्षण म्हणावे. प्रतिमेवर प्रतिभेचे चांदणे आच्छादले की कलेची पुनव साजरी झाल्यासारखे होते.

आणखी एक चित्र आहे परदेशातून आलेल्या पर्यटकांच्या जहाजाचे. जहाज थकूनभागून, चबढब करत किनाऱ्याला लागलेले आहे. लगेचच पर्यटकांची उतरण्याची, गोवा पाहण्याची लगबग सुरू आहे. लहान मुलांना आवरणे कठीण होऊन बसले आहे. जहाजाला अक्षरश: शिडी लावून काही पर्यटक उतरत आहेत. गोव्यात पाऊल ठेवण्याची त्या सर्व प्रवाशांची उत्सुकता, लगबग, घाईगर्दी मिरांडानी इतकी अप्रतिम रेखाटली आहे की त्याला तोड नाही. गंमत म्हणजे मिरांडाच्या चित्रांमध्ये कुत्रा, मांजर, पक्षी यांनादेखील समाजाचे घटक म्हणून मानाचे स्थान असते. समाजाचे घटक यासाठी म्हटले की या कुत्रा, मांजर, पक्षी यांच्यादेखील भावमुद्रा, विशेषतः डोळे आणि भुवया, मिरांडांनी अशा काही रेखाटलेल्या असतात की असे वाटते, जणू हे मनुष्येतर योनीतले सदस्य माणसांच्या चमत्कारिक वर्तणुकीवर नेहमी आश्चर्य व्यक्त करीत असतात. मिरांडाच्या चित्रांमध्ये प्राण्यांचा आयक्यू माणसांच्या आयक्यू पेक्षा जास्त वाटतो. 'काय करणार, शेवटी माणसे आहेत, अशीच वागणार' अशी परिपक्व भूमिका हे प्राणी घेत आहेत की काय आहे, असे त्यांच्या भावमुद्रांवरून वाटते. ही मिरांडांची खासियत. त्यांच्या चित्रातल्या प्राण्यांच्या विविध भावमुद्रा पाहून असे वाटते की, यदाकदाचित हे पक्षी, प्राणी यांची एखादी सभा भरली आणि त्या सभेत एखाद्या प्राण्याने काही गैरवर्तन केले, तर इतर प्राणी त्याला म्हणतील, 'नीट वाग रे, माणसासारखा काय वागतोय'. या चित्रात एवढ्या गर्दीत एका पर्यटकाने त्या जहाजातून कुत्रे आणलेलेच आहे. गंमत म्हणजे, या कुत्र्याचा चेहरा मिरांडांनी असा काही रेखाटला आहे की, काय ही माणसांची वागण्याची तऱ्हा, असे जणू त्या कुत्र्याला वाटते आहे, असे आपल्याला त्या कुत्र्याच्या त्रासिक आणि चमत्कारिक चेहऱ्यावरून वाटते. एखाद्या प्राण्याचा चेहरा इतका बोलका करण्याचे मिरांडांच्या रेषांचे सामर्थ्य केवळ अलौकिक होते. बरे ही गर्दी, घाईगोंधळ एवढा अतोनात की बंदरावरचा गणवेषातला अधिकारी अगदी हतबल होऊन पाहत आहे. संपूर्ण परिस्थिती हाताबाहेर गेलेली. नोकरशाही आणि जनता!

गोव्यातला पाऊस अत्यंत भीषण. आणि जेव्हा तो अचानकपणे बरसायला लागतो तेव्हा सर्वांचीच प्रचंड दाणादाण उडते. असे एक प्रसंगचित्र मिरांडांनी रेखाटले आहे. या चित्रात अचानक पाऊस आल्यावर सर्वांचीच कशी धांदल उडते ते इतक्या प्रभावीपणे रेखाटले आहे की त्याला दाद द्यावी तेवढी कमीच. ज्यांच्याकडे छत्र्या आहेत त्यांनी त्या छत्र्या उघडल्या आहेत. ज्यांच्याकडे लहान मुले आहेत त्यांना छत्रीत सामावून घेण्याचा पालकांचा विस्कळीत प्रयत्न चालू आहे. ज्यांच्याकडे छत्र्या नाहीत ते पावसापासून बचाव करण्यासाठी रस्त्यातून पळू पाहताहेत. या धांदलीतही एक प्रेमळ जोडपे आलेल्या पावसाचा आशीर्वाद स्वीकारून छत्रीत रोमँटिक मूडमध्ये वेंगाडून हसत आहे. दुसरीकडे अचानक आलेल्या पावसाने बिथरलेले कुत्रे दोरी हातात असलेल्या आपल्या मालकालाच ओढून नेत आहे. एका चपळ मांजरीने मात्र डाव साधून रस्ता क्रॉस करून घेतलेला आहे. एका माणसाने तर चक्क हातातला पेपर डोक्यावर छत्रीसारखा धरलेला आहे. भन्नाट वारे सुटल्याने एकाच्या हातातली छत्रीच उडून जात आहे. हे सारे एकाच चित्रात. या चित्रातले एकेक पात्राचे चेहरे अगदी बघण्यासारखे.

आणखी एक चित्र तर इतके गंमतीशीर आहे. एक माणूस व्हायोलिन वाजवत आहे; पण त्या व्हायोलिनच्या बो चे दुसरे टोक मात्र एका कुत्र्याने तोंडात घट्ट धरून ठेवले आहे; आणि मागे पाटी आहे 'द एण्ड'. आता या चित्रातून अनेक गंमतीशीर अर्थ निघतात. मला गमलेला अर्थ म्हणजे तो माणूस व्हायोलिन इतका अश्रवणीय वाजवत असला पाहिजे की अखेरीस त्या कुत्र्याला (देखील!) सहन न झाल्याने त्याने त्या व्हायोलिनचा बो तोंडात घट्ट धरून ठेवला आणि त्या माणसाचे वादन चक्क बंदच करून टाकले.

एका चित्रात एक माणूस दाखवला आहे. तो माणूस एका माडाखाली निवांतपणे पहुडलेला आहे. त्याचा चेहरा दाखवतो आहे की त्याला कोणत्याही प्रकारची चिंता नाही. बाजूला, उघडून ठेवलेले एक पुस्तक आहे. म्हणजे तो माणूस पुस्तक वाचत होता आणि आता घटकाभर त्याने ते बाजूला ठेवले आहे. त्या माणसाचे दोन्ही हात चिंतामुक्ती दर्शवतात आणि दोन्ही पाय सरळ करून तो सुशेगाद लोळत पडला आहे. एकंदरीत गोवेकरांचा सुखवस्तुपणा या चित्रातून रेखाटलेला

दिसतो.

आणखी एक चित्र आहे उपाहारगृहातले वातावरण दर्शविणारे. काहीजण टेबलवर बसून खाद्यपदार्थांचा मिटक्या मारीत आस्वाद घेत आहेत. काहीजण ऑर्डर देऊन वेटरची वाट बघत आहेत. काही वेटर्स हातामध्ये डिश घेऊन जात आहेत. गल्ल्यावरचा माणूस हे सर्व स्थितप्रज्ञपणे बघत आहे. आता यात एक गंमत अशी रेखाटली आहे. एक बायको स्वतःची डिश सोडून नवऱ्याच्या डिशमधल्या पदार्थाला काटा आणि चमचा लावत खात आहे आणि नवरा अत्यंत विचित्र चेहरा करून हे पाहत (की सहन करीत?) आहे. मध्यमवर्गीय नवरा बिचारा. एका टेबलावर एक ढेरीदार आणि गोबऱ्या गालाचा सिंगल माणूस डिश मधला पदार्थ अन्न हे पूर्णब्रह्म मानून अगदी मशगुल होऊन खात आहे. जणू त्याला जगाचे काय पडले आहे.

गोव्यात मत्स्यप्रेमी फार. एका चित्रात एक कोळीण मासळीची टोपली डोक्यावर घेऊन निघाली आहे. वरून एक कावळा त्या टोपलीवर डोळा ठेवून उडत आहे. असेच एक कोळ्याचे देखील चित्र आहे. तो कोळी सायकलवर बसून डोक्यावर टोपली घेऊन मासळी विकत चालला आहे. त्याच्या तोंडात एक सिगार आहे. त्या टोपलीवर देखील एक कावळा डोळा ठेवून उडत आहे. भरीस भर म्हणून एक दोन कुत्री आणि एक मांजर मासळीच्या वासाने जिभल्या चाटत आशाळभूतपणे त्याच्या सायकलच्या मागे मागे रपेट करत चालले आहेत.

एक चित्र तर अगदीच हसवणारे. एक चांगलीच जाडजूड बाई प्रचंड घाबरगुंडी होऊन कशीबशी लाईटच्या एका खांबावर निम्म्या उंचीपर्यंत चढून बसली आहे. तिचा नवरा त्रासिक चेहरा करून चक्क तिला खालून आधार देऊन तिचे महाकाय शरीर पेलून धरत आहे. त्या बाईने लालचुटुक साडी घातलेली आहे. एक गवा लाल रंगाने भडकून त्या बाईच्या पाठलागावर आहे. नवरा-बायको दोघांची चांगलीच फजिती झालेली. त्या गोंधळात दबल्या अवस्थेतला नवरा बायकोला म्हणतोय, मी तुला आधीच सांगितले होते लाल साडी नेसू नको म्हणून. त्या लाईटच्या खांबाच्या टोकावर एक पक्षी शांतपणे बसून ही सर्व गंमत कुतूहलाने पाहत आहे. यातला तो पक्षी, ती बायको, तो नवरा आणि तो गवा यांचे चेहरे मिरांडांनी अशा पद्धतीने रेखाटले आहेत की आपण

अक्षरशः अचंबित होऊन जातो. ही असते व्यंगचित्राची ताकद. म्हणून म्हणतात एक व्यंगचित्र शंभर लेखांपेक्षा जास्त प्रभावी ठरते.

एक चित्र तर इतके गंमतीशीर आहे. एका परदेशी पर्यटकांचा पायाचा तळवा बुटासकट एका हत्तीच्या पायाखाली सापडला आहे. हत्ती आणि त्याचा माहूत हे त्यांच्या त्यांच्या मूडमध्ये आहेत. तो परदेशी पर्यटक आजूबाजूच्या लोकांना किंचाळून विचारतोय, अरे हा हत्ती माझ्या पायावर उभा आहे असे हिंदुस्थानी भाषेत कसे सांगायचे? गंमत म्हणजे इतके चालू असताना, इतर पर्यटक मात्र मस्तपणे त्या हत्तीचे फोटो काढण्यात दंग आहेत. काहीजण कुतुहलाने त्या हत्तीच्या आकाराकडे बघत आहेत. एकंदर पाहता या माणसाचा पाय अडकला आहे त्याकडे कोणाचे लक्ष नाही आणि त्याला हिंदुस्थानी भाषेत सांगताही येत नाहीये. सहन होत नाही आणि सांगताही येत नाही, असे म्हणतात ते हेच.

एका चित्रात एक जोडपे स्कूटरवरून उजव्या बाजूने चालले आहे. बाजूला बोर्ड आहे 'कीप लेफ्ट'. ट्रॅफिक हवालदार त्या बोर्डकडे बोट दाखवून त्या माणसावर खेकसतो 'डाव्या बाजूने चालवा'. तो नवरा उखडून म्हणतो, आयुष्यभर डाव्या बाजूने गेलो; पण नेमका कुठेच पोहोचलो नाही. स्कूटरवर मागे बसलेल्या बाईच्या हातात 'मार्क्स' नावाचे पुस्तक आहे.

मारिओ मिरांडा यांचे मुंबईमध्ये देखील बरीच वर्षं वास्तव्य होते. त्यांची मुंबईच्या जीवन पद्धतीवरही अनेक चित्रे आणि व्यंगचित्रे आहेत. हे पुस्तक गोवा-प्रधान असल्याने या प्रकरणामध्ये त्यांच्या गोव्यावरील काही निवडक चित्रांचा रसास्वाद घेतला आहे. मारिओ मिरांडा यांची गोवन जीवनावर हजारो चित्रे आहेत. प्रत्येक चित्र अत्यंत जिवंत वाटावे असे आहे. त्यातले प्रत्येक पात्र काहीतरी 'स्वभाव' दर्शवित असते. प्रत्येक पात्राचा चेहरा असा रेखाटलेला असतो की जणू काही त्या प्रत्येक पात्राचा चेहरा आपण एखादे पुस्तक समजून वाचत बसावा. मिरांडा यांच्या चित्रांमध्ये विनोद आहे, व्यंग आहे, मार्मिकता आहे, हास्य आहे, विविध प्रकारच्या प्रसंगातील मानवी वर्तणुकीचे यथार्थ दर्शन आहे आणि मुख्य म्हणजे त्या चित्रांना एक संवादसाधक भाषा आहे. ती चित्रे बोलकी वाटतात. थेट वास्तवाशी नाते सांगणारी

वाटतात.

एक असेही आहे, कोणतेही व्यंगचित्र विनोदी माणसाशी जास्त संवाद साधते. तुमचा स्वभाव जेवढा विनोदी तेवढे व्यंगचित्र जास्त बोलके होते. गंभीर स्वभावाचा माणूस एका व्यंगचित्रातून कसाबसा एखाद दुसरा अर्थ काढील. विनोदी, गंमत्या स्वभावाचा माणूस त्याच व्यंगचित्रातून पन्नास अर्थ काढू शकतो. पण मिरांडांची चित्रे अगदी कोणत्याही प्रकारच्या पामराशी संवाद साधू शकतात. त्याला स्वभावाची किंवा ग्रहणशक्तीची कोणतीही पूर्वअट नाही. लोकांना अंतर्मुख, चिंतनशील करून सोडण्याची अंगभूत ताकद जिच्यात असते तीच खरी कला. मिरांडांची चित्रे कोणालाही हसवून किंवा न हसवता अंतर्मुख करू शकतात. मला वाटते, एवढी परिणामकारकता अगदी सहजपणे साधणारा चित्रकार.. मारिओ मिरांडा परत होणे नाही आणि अशी चित्रं परत होणे नाही.

◆

गोव्यातल्या केशरचना...

विमानातून उतरल्यावर जिथून सारे प्रवासी येतात, त्या मोठ्या प्रवेशद्वारातून एक मोरसदृश्य मानव आला आणि माझ्या अगदी जवळून डौलात चालत गेला. एका विशिष्ट केशरचनेमुळे तो प्रवासी एखाद्या मोरासारखा दिसत होता. बरे, तो आला आणि कोणाकडे यत्किंचितही न बघता निघूनही गेला. म्हणजे त्याने त्याचे जे डोके चालवले होते, ते स्वत:साठी. इतरांसाठी नाही. हे महत्त्वाचे. अधिकांश लोक इतरांना इम्प्रेस करण्यासाठी स्टाईल करत असतात. तिथे दिखाव्याची मानसिकता जरा जास्त असते. एखादी वेशभूषा अथवा केशभूषा करून आत्ममग्न राहणे, ही खरी स्टाईल. याची प्रचिती गोव्यात येते.

मुंबई उच्च न्यायालयाचे मुख्य न्यायमूर्ती येणार म्हणून न्याय शिष्टाचाराचा भाग म्हणून एकदा गोव्याच्या दाबोळी विमानतळावर गेलो होतो. मुंबईहून त्यांचे विमान अजून आलेले नव्हते. म्हणून सहज आपला विमानतळाच्या आतल्या भागात पाय मोकळा करत फिरत होतो. त्यावेळी हा मोर दिसला होता. तसे गोव्यात वेशभूषा आणि केशभूषा यांना काही मर्यादाच नाही. जिथे १६० देशांतून पर्यटक येतात तिथे मर्यादा कसली आली. गोव्यातल्या वेशभूषांपेक्षा मला केशभूषा जास्त लक्षवेधक वाटत असत.

आता पाहा. एकदा मी पणजीच्या मोठ्या वाचनालयात एकजण पाहिला. वय विशीच्या आसपास. समोरून पूर्ण टक्कल आणि मागून केसांचा फुलोरा. आपल्याला निंबोणीच्या झाडामागे झोपलेला चंद्र माहिती आहे. इथे मी चंद्राच्या मागे लोंबलेले निंबोणीचे झाड पाहिले. नुसती कल्पना करा वाचता वाचता. कसा दिसत असेल हा. बरे, नुसता फुलोरा नाही तर जवळपास निम्म्या पाठीपर्यंत हा केशसंभार झुलत

होता. आणि ते टक्कल खरे म्हणजे अनुभव संपन्नता आदींनी आलेले नव्हते तर ते होते त्या स्टाईलचा एक भाग. केस उखडून केलेले मोकळे मैदान. बरें, आजूबाजूच्या इतर कोणालाही त्याचे अप्रूप वाटत नव्हते. गोव्यात अशी केशभूषा म्हणजे काही विशेष नाही अशा अविर्भावात सगळे असतात.

एकदा पणजीच्या मुख्य चर्च जवळून येत असताना एक वेगळाच प्रकार पहायला मिळाला. ती साधारण चाळीशीतली असावी. आता तिची केशभूषा पाहा. सगळे केस जणू स्प्रिंगचे वेटोळेच जणू. काही केस तपकिरी तर काही एकदम लाल. तर काही पांढरे शुभ्र. आता हे केस नैसर्गिक की कृत्रिम ते कळायला मार्ग नाही. आणि तिच्याबरोबरच्या इसमाने तर खरच कहर केलेला. चक्क दोन वेण्या. लांबसडक. पद्धतशीर बांधलेल्या. वरून साहेबी हॅट. जोडपं अर्थातच परदेशी. त्यामुळे कशाची तमा नाहीच. हे पाहून थोडावेळ माझ्या मनावरच परिणाम झाला.

एकदा पहाटे पायी फिरायला गेलो होतो. मांडवी नदी घराच्या अगदी मागच्या बाजूलाच. मांडवीत लहानसहान होड्या, काही पर्यटक जहाजे आणि मोठमोठे कॅसिनो त्यावेळी तिथे मांडवीत ठाण मांडून असत. मांडवीतले कॅसिनो नदीतून हलवावेत अशी मोठी मोहीम काही नागरिकांनी गोव्यात त्यावेळी हाती घेतली होती. स्थानिक लोक कॅसिनो गोवा संस्कृतीला मारक असा पवित्रा घेत. इतर काही उच्चपदस्थ लोक मात्र विदेशी पर्यटनाला चालना अशा गोंडस भूमिकेच्या नावावर कॅसिनोंना गुपचूप पाठिंबा देतात, अशी त्यावेळी वदंता असायची. असो. तर, एकदा पहाटे तिथून चाललेलो असताना मला काही पर्यटक एका छोट्या जहाजातून उतरताना दिसले. कदाचित ते रात्रभर कॅसिनोत मुक्कामास असावेत. मी अंदाज बांधला. आता या पर्यटकांच्या थव्यात अगदी नमुनेदार केशभूषा. एकाने लांबलचक जटा विणून शीरावर त्या चक्राकार गुंडाळून त्यावर चक्क अंबाडा स्थापन केलेला. पुढे आणखी एक प्रकार पाहायला मिळाला. एकजण, अर्थात विदेशीच, केसांना लालेलाल रंग देऊन जवळपास दहाएक वेण्या खांद्यापर्यंत लटकवीत चाललेला दिसला. आता हे पाहून एखाद्याला नाशिकच्या किंवा इतरच्या सिंहस्थ कुंभमेळ्याची आठवण नाही झाली, तर त्याचा जन्म वाया गेला म्हणावा. आणखी एक पाहतो तर मी थक्कच झालो. मागचे केस

अलेक्झांडरच्या मुकुटासारखे मागे रफार मारलेले तर पुढचे केस एखाद्या चिडलेल्या साळूसारखे पुढच्या दिशेने ताठरलेले. नाकाने कांदे सोलणाऱ्या सासवा असतात असे म्हणतात. ठरवले तर केसाने कांदे सोलू शकला असता असा हा जावईबापू पाहून धन्य झालो.

या विविध प्रकारच्या केशरचनांमुळे साहजिकच माझे लक्ष गोव्यातल्या न्हावीकामाकडे जाऊ लागले. गोव्यात केशकर्तन फार स्वस्त नव्हतेच. जिथे केसांचे विविध प्रकारचे कट मारले जात असत त्या पॉश दुकानांमध्ये सन २०१८-२०१९ मध्ये ३०० च्या वर दर असायचा. प्रथम हा दर पाहून माझे केस ताठ झाले होते. गोव्यातल्या सर्व केशरचना संपूर्ण भारतामध्ये अत्यंत वेगळ्या प्रकारच्या अशा. युनिक. या सर्व केशरचनांमध्ये फक्त एक साम्य असायचे. हे म्हणजे ही केशरचना करून घेणारा मनुष्य हा फक्त स्वतःच्या आनंदासाठी केशरचना करत असे. दुसऱ्यांना दाखविण्यासाठी नाही. आपण इतकी स्टायलिश केशरचना केली म्हणजे आपल्याला फार डोके आहे, असे दाखविण्याचा अभिनिवेश त्यात नसतो.

एकदा असेच मी एअरपोर्टवर असताना एक परदेशी टोळके आले. एकाची हेअर स्टाईल अशीच अत्यंत बघण्यासारखी होती. पुढचे केस सिंहाच्या आयाळीसारखे लोंबत होते आणि मागचे केस एखाद्या कबुतराच्या शेपटीसारखे कापून ठेवले होते. डोळ्यांवर काळाभोर गॉगल आणि डोक्यावर साहेबी हॅट. याला म्हणतात फॅशन. विविध प्राण्यांची आपल्याला आठवण होईल अशा तर अनेक केशरचना गोव्यात अगदी सहजपणे दृष्टीस पडतात. एक केशरचना तर अशी पाहिली की जणू एखादा नाग डोक्यावर फणा काढून उभाय. अशा पद्धतीने केस रचले होते. पुंगी वाजवली तर डोलतोय की काय हा आता, असे वाटून गेले.

गोव्यामध्ये साधारणपणे नोव्हेंबर महिन्यात आंतरराष्ट्रीय चित्रपट महोत्सव असतो. देश-विदेशांतले शेकडो चित्रपट येथे प्रदर्शित केले जातात. त्यावेळी देखील अनेक देशी-विदेशी पाहुण्यांची आणि सिनेरसिकांची येथे रेलचेल असते. त्यावेळी देखील अनेक केशभूषा बघावयास मिळतात. माझी बदली गोव्यात असताना हे आंतरराष्ट्रीय चित्रपट महोत्सव म्हणजे काय ते नेमके कळले. गोव्यामधील चित्रपट महोत्सव म्हणजे सिनेरसिकांसाठी एक मोठी पर्वणी असते. त्यावेळी जवळपास शंभरेक देशातले सिनेरसिक

गोव्यात महिनाभर ठाण मांडून असतात आणि फावल्या वेळेत इतस्ततः भटकत बसतात.

या चित्रपट महोत्सवासाठी आलेल्या एका परदेशी पाहुण्याची केशभूषा अशी होती ही त्याने विग घातला आहे की त्याचे नैसर्गिक केस आहेत हे समजून येत नव्हते. सर्व केस एकदम शिस्तीत चापून बसवलेले. त्यांच्या कडा आधी मोजून-मापून कापलेल्या. कल्ले भलेमोठे आणि अगदी शेक्सपिअरच्या नाटकातल्या पात्रा प्रमाणे. अशी ही केशरचना. त्यानंतर आणखी एका पाहुण्याची केशरचना अशी होती की संपूर्ण टक्कल आणि डोक्याच्या टाळूवर समुद्रातल्या एखाद्या बेटाप्रमाणे गोल केशसंभार. अगदी मध्यभागी. जणू काही पाण्याने वेढलेले ते एक बेटच. ही केशरचना अगदी खासच.

पणजी शहराच्या मध्यवर्ती गोव्यातला सुप्रसिद्ध असा पंजिम चर्च आहे. त्याच्यापाशी दिवसभर पर्यटकांची गर्दी असते. हा पंजिम चर्च राहत्या बंगल्यापासून पायी अंतरावर होता. एकदा असेच पंजिम चर्च जवळून रात्री पाय मोकळे करण्यासाठी चाललो होतो. तेव्हा एका इसमाची हेअर स्टाईल बघून मला गंमतच वाटली. डोक्यावरचे केस अगदी टोकदार खिळ्यांसारखे उभे करून ठेवलेले होते. त्रिकोणी त्रिकोणी टोकदार खिळेच जणू. तो इसम अगदी खिळून त्या चर्चकडे पाहत होता. इतर बिनसराईत पर्यटकांच्या नजरा त्याच्यावरच खिळलेल्या, त्याच्या खिळेदार केशरचनेमुळे. मी पण ते दृश्य पाहून खिळून गेलो. खिळून जाणे या शब्दप्रयोगाचा खरा प्रत्यय मला त्यावेळी आला. एकदा एक केशरचना अशी होती की 'गवताला जेव्हा भाले फुटतात' या नाट्यशीर्षकाचीच मला आठवण झाली. सगळे केस म्हणजे एकेक भालेच जणू. असा प्रकार पहायला मिळतो तो गोव्यातच.

एकदा तर अशी एक केशरचना पाहिली की ज्या न्हाव्याने ती केली असावी त्याला एखादा पुरस्कार द्यायला हवा असे वाटले. गोव्यात फुटबॉलचे भारी वेड. या चाहत्याच्या डोकीवर चक्क फुटबॉलचे चित्र. केस असे सुबक छाटलेले कि त्यातून फुटबॉलचा हुबेहूब आकार साकारलेला. गोव्यात फुटबॉल अक्षरश: डोक्यावर घेतला जातो, हे खोटे नाही. कमाल झाली ही! आणखी एकाने डोकीवर चक्क 'सीआर ७' असे कोरले होते. असा एखादा फुटबॉलप्रेमी चाहता क्रिस्तियानो

रोनाल्डोच्या नजरेत यायला हवा.

गोव्यात हायकोर्टाची लायसियम कॉम्प्लेक्स ही वास्तू अत्यंत देखणी. ती बघावयास अनेक परदेशी पर्यटक तिथे येत असत. एकदा एक परदेशी पर्यटक आला होता. माझे लक्ष अर्थातच त्याच्या केशरचनेकडे गेले. त्याने आपल्या शिरावर केसांनी चक्क एस असा आकार काढला होता. बाकी एकदम चकोट. कदाचित त्याचे नांव एस वरून असावे. नंतर एकदा अशाच प्रकारची एक केशरचना पाहावयास मिळाली होती. शिरावर त्रिशूळ काढलेले होते. कधी अनेक प्रकारची आद्याक्षरे, कधी देशांचे नकाशे तर कधी काही धार्मिक चिन्हे असे विविध प्रकार केसांत कोरलेले असतात. असे विविध लेणीबद्ध केशसंभार गोव्यात ठिकठिकाणी दिसून येतात. धर्म डोक्यावर घेतला तरी चालेल, पण तो मस्तकात शिरता कामा नये.

एकदा पणजीत एका सिनेमाला गेलो होतो. त्यावेळी एक तरुण जोडपे दृष्टीस पडले. कदाचित नवविवाहित असावेत किंवा विवाहित नसावेत देखील. एखाद्याला काटा रुतावा तसा स्वत:चा विवाहच कधीकधी रुततो आणि मग तो स्वतःच आक्रंदू लागतो. पण हा खरा दैवयोग नाही. केशरचनेवरून माणूस विवाहित की अविवाहित हे समजत नाही, हा खरा दैवयोग आहे. असो. त्यातल्या पुरुषाचे केस अगदी सोनेरी रंगवलेले तर बाईचे केस अगदी लालचुटुक. हा विरोधाभास सर्वांचे लक्ष वेधून घेत होता. अर्थात त्या जोडप्याला ह्याचे काही घेणे देखील नव्हते. ते बेफिकीरपणे त्यांच्या त्यांच्याच नादात होते. आधीच म्हटल्याप्रमाणे, गोव्यातले गोमंतकीय किंवा परदेशी पर्यटक हे त्यांच्या स्वतःच्या आनंदासाठी केशरचना करत असतात. इतरांना इम्प्रेस करण्यासाठी किंवा दिखाव्यासाठी नाही.

गोव्यात मी पाहिलेल्या केशरचना अगणित. याची देही याचि डोळा ज्या पाहिल्या आणि जेवढ्या निश्चितपणे लक्षात राहिल्या तेवढ्या सांगितल्या. कधी गोवा बघायला गेलात तर तेथील इतर सौंदर्यस्थळे तर अवश्य बघावीतच. पण तिथे दिसून येणाऱ्या केशरचना आणि त्यांचे प्रकार यांच्याकडे जरूर लक्ष देऊन बघा. थोडक्यात, गोवा पाहावा तर डोक्याने पाहावा!

◆

गोव्याची सेन्ट्रल लायब्ररी...

कोणत्याही शहरात गेलं की तिथल्या वाचनालयाला भेट द्यावी आणि तेथील ग्रंथसंपदा निरखून घ्यावी असा माझा कटाक्ष असतो. पणजी हे गोव्याच्या राजधानीचे शहर. त्यामुळे साहजिकच पणजीचे बसस्टॅन्ड हे भलेमोठे. बसस्टँडच्या समोर थोड्या अंतरावर एक सरकारी वसाहत आहे. त्या सरकारी वसाहतीत, महात्मा गांधी रस्त्याला लागून असलेल्या पहिल्या बंगल्यात गोवा कोकणी अकादमी असून लागोलाग मागच्या बाजूचा बंगला हा उच्च न्यायालयाच्या रजिस्ट्रारसाठी राखून ठेवलेला बंगला आहे. आता, बस स्टँडच्या बरोबर मागच्या बाजूस ज्या वाचनालयाचा आपण आता विचार करणार आहोत ते, म्हणजे गोवा सेंट्रल लायब्ररी नावाचे अतिभव्य असे वाचनालय आहे. म्हणजे तसे पाहिले तर हे वाचनालय रजिस्ट्रारच्या बंगल्याच्या अगदीच जवळ आहे. हे वाचनालय रजिस्ट्रारच्या घरापासून किती जवळ आहे, हे दाखविण्यासाठी एवढे भौगोलिक संदर्भ देण्याचा वरील खटाटोप!

सेंट्रल लायब्ररी ही गोव्याच्या शिरपेचात खोचलेला एक डौलदार तुराच जणू. ही लायब्ररी गोव्यातल्या वाचकांचे अत्यंत आवडते ठिकाण. तिची स्थापना केली गेली होती १५ सप्टेंबर १८३२ रोजी तत्कालीन पोर्तुगीज व्हॉइसरॉयकडून. त्यावेळी तिचे नाव होते पब्लिका लिवरारिया. भारतातली ही पहिली लायब्ररी पोर्तुगीजांनी सुरू केलेली! आणि साक्षात अशी लायब्ररी राहत्या घरापासून पायी अंतरावर, त्यामुळे गोव्याला रहावयास गेल्यावर मनोमन आनंद झाला. पुढे गोव्याच्या माझ्या दोन वर्षांच्या वास्तव्यात ही लायब्ररी हेच माझे मुख्य आवडीचे ठिकाण होऊन बसले.

जशी या लायब्ररी बाबत मला माहिती झाली तशी या लायब्ररीची

मेंबरशीप घेण्याची मग मला कोण घाई झाली. सर्वप्रथम मग तात्काळ लायब्रीचे सर्व नियम जाणून घेतले. एवढी मोठी समृद्ध लायब्ररी आणि तिची मेंबरशिप अगदी मोफत, हे समजल्यावर धक्का बसला. केवळ दोनशे रुपये भरून पॅन कार्ड सारखे कडक कार्ड मिळाले. दहा वर्षाखालील मुलांसाठी ही वर्गणी केवळ पन्नास रुपये इतकी आहे. इथे कोणताही सभासद हा आजीव सभासद असतो. म्हणजे त्याची मेंबरशिप लाईफटाईम मेंबरशिप असते. मेंबरशिपचे सर्व सोपस्कार पार पाडत असताना आणखी असे कळले एका मेंबरशिप वर एक पुस्तक आणि एक मासिक मिळते. म्हणजे दुधात साखर! आणखी असेही कळले की साडेचारशे रुपयांची मेंबरशिप घेतली तर दोन पुस्तके आणि दोन मासिके, तर साडेसातशे रुपयांची मेंबरशिप घेतली तर तीन पुस्तके आणि तीन मासिके मिळतात. तसेच, फरकाची रक्कम भरून मेंबरशिप कधीही अपग्रेड करता येईल. वाचनवेड्यासाठी ही पर्वणीच म्हणावी.

ज्या दिवशी प्रथम गोवा सेंट्रल केबिनमध्ये पाऊल ठेवले त्यावेळी ती भव्य वास्तू पाहून मन भारावून गेले. गोव्यातले लोक वाचन चळवळीची ज्योत तेवत ठेवण्यासाठी किती सजगपणे आणि अस्सल प्रयत्न करतात, हे तात्काळ दिसून येते. तब्बल सहा मजल्यांची आहे ही सरकारी सार्वजनिक सेंट्रल लायब्ररी. पहिल्या मजल्यापासून ते सहाव्या मजल्यापर्यंत अक्षरशः ज्ञानाचा खजिना आहे.

पहिल्या मजल्यावर स्वागत कक्ष असून तोदेखील एखाद्या अत्याधुनिक हॉटेलास शोभावा असा. बरे हे सहाही मजले वातानुकूलित. पहिल्या मजल्यावर जगातली जवळपास दोनशेच्यावर मासिके आणि वीसपेक्षा अधिक वर्तमानपत्रे वाचावयास ठेवलेली. त्यासाठी व्यवस्थित कप्पे बनवलेले. या प्रत्येक कप्प्याला त्या त्या मासिकाची नावे दिलेली. आणि या कप्प्यात त्या मासिकाचा चालू महिन्याचा अंक ठेवलेला. त्या कक्षात टेबल-खुर्ची व्यवस्था. अर्थात तीदेखील अत्याधुनिक मटेरियल वापरून केलेली. खुर्च्या पाठ दुखवणार नाहीत अशा. वाचकाने येथे यावे, त्याच्या आवडीचे मासिक निवडावे, ते त्या टेबलावर बसून मनसोक्त वाचावे आणि वाचून झाल्यावर त्या कप्प्यामध्ये ठेवून देणे. गोव्यातल्या वाचकांमध्ये जबरदस्त शिस्त असल्याचे दिसून येते. कोणत्याही मजल्यावर जा. येथे पुष्कळ टेबल खुर्च्या ठेवलेल्या आहेत. परंतु

गोव्यातले वाचक पुस्तक अथवा मासिक वाचावयास घेतल्यानंतर परत ते तिथेच टेबल खुर्चीवर सोडून निघून जात नाहीत. ते पुस्तक किंवा मासिक ज्या कप्प्यांमधून घेतले त्या कप्प्यांमध्ये परत ठेवूनच जातात. महत्त्वाचे म्हणजे अंध व्यक्तींसाठी येथे ब्रेल लिपीतली पुस्तके देखील उपलब्ध आहेत. त्यासाठी स्वतंत्र विभाग आहे. या मजल्यावर पुस्तक जमा करण्याचे स्वयंचलित मशीन देखील आहे. पहिल्या मजल्यावर एक मोठा हॉल आहे. तिथे विविध प्रदर्शने भरवली जातात. तसेच विविध एकांकिका किंवा नाटके यांच्या रंगीत तालमी ही त्या कक्षात चालत असत.

दुसऱ्या मजल्यावर खास चिमुकल्यांसाठी सर्व व्यवस्था आहे. दुसरा मजला म्हणजे बाळगोपाळांसाठीचा मजला. लहान मुलांसाठी तिथे हजारो पुस्तके उपलब्ध आहेत. तसेच अनेक प्रकारची खेळणी देखील तिथे उपलब्ध करून ठेवलेली आहेत. जेणेकरून खेळणीच्या मोहाने लहान बालकांनी पालकांना लायब्ररीत येण्याचा आग्रह करावा आणि त्यातून आपसूकच त्यांना वाचनाची आवड निर्माण व्हावी! किती सुंदर कल्पना आहे. संपूर्ण देशात असे प्रयोग व्हायला हवेत. जेव्हा लहान मुले त्यांच्या आकाराच्या टेबल खुर्चीवर बसून अगदी एकाग्र होऊन लायब्ररीमध्ये पुस्तक वाचत असताना मी बघत असे त्यावेळी विचार यायचा की, गोव्यामध्ये जी संस्कृतीची खाण तयार होते तिची बीजे अशा या लायब्ररीमध्ये रुजविली जातात. संगीत, नाटके, कला यामध्ये गोव्यामध्ये जेवढा सळसळता उत्साह दिसून आला तेवढा अन्यत्र कुठेही बघितला नाही. बरे, ही सुविधा मोफत असल्याने पालकांवर देखील आर्थिक ताण पडत नाही. या दुसऱ्या मजल्यावर अनेक प्रकारचे नकाशे वाचकांसाठी ठेवलेले आहेत. तसेच इंटरनेट वापराची सुविधादेखील या मजल्यावर आहे.

तिसरा मजला म्हणजे फार महत्त्वाचा मजला. तिसऱ्या मजल्यावर लायब्ररीच्या क्युरेटरचे म्हणजे मुख्य प्रशासकीय अधिकाऱ्याचे अगदी प्रशस्त असे दालन आहे. या मजल्यावर मराठी आणि इंग्रजी भाषेतले हजारो प्रकारचे साहित्य प्रकार उपलब्ध आहेत. तसे पाहता हायकोर्ट रजिस्ट्रारची ड्युटी ही त्याला अत्यंत व्यस्त ठेवणारी असते. मला आठवते, अगदी सुटीच्या शनिवार आणि रविवारीदेखील काहीना काही

जबाबदारी येऊन पडत असे. त्यात बराच वेळ जात असे. तरीही एखाद्या शनिवारी-रविवारी वेळ मिळाल्यास या तिसऱ्या मजल्यावर जाऊन तासन्तास वाचन करत बसण्याची किंवा लिखाणासाठी नोट्स काढण्याची एकही संधी मी सोडत नसे. मुख्य म्हणजे या लायब्ररीमध्ये कॉम्प्युटरची सुविधा उपलब्ध करून दिली आहे. त्यामुळे पुस्तके शोधण्यात अजिबात वेळ वाया जात नाही. इथले कर्मचारी जरा वेगळ्या स्वभावाचे वाटले. वाचकांना पुस्तक शोधून देण्यास ते मनापासून मदत करत असत. तसेच या मजल्यावर एका कॉर्नरमध्ये बरेच कॉम्प्युटर्स आणि हेडफोन्स ठेवलेले आहेत. नामवंत गायक आणि संगीतकार यांच्या रचना तिथे उपलब्ध करून दिल्या आहेत. ज्यांना आवडते त्यांनी तिथे जाऊन बसावे आणि हवी ती सीडी हेडफोनद्वारे ऐकत बसावी अशी ही योजना. महत्त्वाचे म्हणजे लाकडाच्या शेकडो मांडण्यांमध्ये पुस्तके इतकी व्यवस्थित ठेवली आहेत की त्यांचा संपूर्ण आणि अद्ययावत डेटा कॉम्प्युटरमध्ये उपलब्ध असतो. पुस्तकांचा सांकेतांक मिळाला की ती पुस्तके बरोब्बर त्या मांडणीमध्ये मिळतात. त्यामुळे वाचनाचा आनंद सुलभ होऊन बसतो.

महत्त्वाचे म्हणजे या संपूर्ण लायब्ररीच्या सहाही मजल्यांना चारी बाजूंनी भिंती नसून काचेची तावदाने आहेत. त्यामुळे वाचता वाचता डोळ्यांवर ताण पडला तर केवळ आपली नजर उचलावी आणि बाहेर बघावे. सर्व बाजूंनी हिरवीगार झाडे, टेकड्या आणि नयनरम्य दृश्ये दिसतील अशी काळजी घेतली गेली आहे. पणजीत अल्तिनो नावाचा एक टेकडीवजा भाग आहे. अल्तिनो हा पोर्तुगीज शब्द. अल्तिनो हा शब्द उंची दर्शवितो. अल्तिनो ही एक मोठीच्या मोठी टेकडी असून ती पणजीच्या मध्यवर्ती भागात आहे. सध्या मुंबई उच्च न्यायालयाची इमारत या अल्तिनोच्या टेकडीवर आहे. ही संपूर्ण अल्तिनो टेकडी आणि त्यावरील गर्द हिरवीगार झाडी ही लायब्ररीच्या सर्वच्या सर्व मजल्यावरून अत्यंत सुंदर अशी दिसते. विशेषतः पावसाळ्यातल्या एखाद्या धुवांधार पावसाच्या दिवशी जर आपण लायब्ररीमध्ये बसलेलो असलो आणि तिथून बाहेर दृष्टीक्षेप टाकला तर गोवा म्हणजे काय निसर्गकाव्य आहे ते लक्षात येते. मला आठवते, विशेषतः घरी असताना कधी पाऊस आला तर ती संधी साधून मी लायब्ररीकडे धाव घेत असे.

बाहेर जोरदार पाऊस पडतोय आणि इकडे आपण आतमध्ये आपल्या आवडीच्या पुस्तकामध्ये डोके घालून बसलोय ही कल्पनाच अत्यंत स्वप्नवत आहे. डिसेंबर २०१८ मध्ये नागपूर विद्यापीठात माझा पीएचडीचा प्रबंध सादर केला. हा प्रबंध पूर्णत्वाला नेण्यासाठी मला गोव्याच्या या सेंट्रल लायब्ररीची खूप मदत झाली असे आवर्जून सांगावेसे वाटते. तिथे तिसऱ्या मजल्यावर बसून कायद्याच्या विविध पुस्तकांमधून मी नोट्स काढून घेत असे आणि मग त्या प्रबंधाच्या कामी वापरत असे. त्यामुळे, त्या प्रबंधात या लायब्ररीचे मी मनोमन आभार मानले आहेत.

चौथा मधला हा संदर्भ मजला म्हणून ओळखला जातो. चौथा मजला हा फक्त गोवा विषयक विविध आणि दुर्मिळ अशा साहित्यासाठी राखून ठेवलेला आहे. गोवा म्हणजे काय हे कोणाला जाणून घ्यावयाचे असेल तर त्यांनी या चौथ्या मजल्यावर जाऊन बसावे आणि तेथील पुस्तके चाळावीत. पुस्तके घरी नेऊ दिली जातात ती पहिल्या, दुसऱ्या आणि तिसऱ्या मजल्यावरील. चौथ्या मजल्यावरील पुस्तके ही केवळ तिथे बसून संदर्भासाठी वाचावयाची अथवा चाळावयाची असतात. अथवा तिथे बसून नोट्स घ्यावयाच्या असतात. चौथ्या मजल्यावर जी ग्रंथसंपदा आहे ती केवळ अमूल्य. अनेक लेखकांची मूळ हस्तलिखिते येथे उपलब्ध आहेत. ओ हेराल्दो हा गोव्यातला त्यावेळी सर्वाधिक खपाचा इंग्रजी पेपर. सन १९८३ मध्ये तो इंग्रजीत येऊ लागला. पोर्तुगाल आणि ब्राझिल यांच्यानंतर सर्वात जास्त काळ चाललेले वृत्तपत्र म्हणून त्याचा लौकिक आहे. दिनांक २२ जानेवारी १९०० रोजी तो सुरू झाला होता. ओ हेराल्दोच्या त्या दिवशीच्या पोर्तुगीज भाषेतल्या अंकाची एक प्रत इथे लॅमिनेशन करून जतन करुन ठेवण्यात आली आहे. आणखी, ख्रिस्तपुराणाची हस्तलिखित प्रत मला तिथे पहावयास मिळाली. या सर्व हस्तलिखितांच्या पानांवर एक रासायनिक प्रक्रिया केलेली आहे जेणेकरून हस्तलिखिताची पाने जीर्ण होऊन फाटावयास नकोत. रुब्रिक्स कोडीक्स हे रोमन कायद्यावरील पुस्तक. ते तर पाचशे पेक्षा अधिक वर्षे जुने आहे. गंमत म्हणजे पोर्तुगाल दुसऱ्या महायुद्धात खेचला गेल्यास कोणत्याही परिस्थितीत या पुस्तकास क्षती पोहोचू नये म्हणून खुद्द पोर्तुगीजांनी हे पुस्तक या लायब्ररीत आणून ठेवले होते, अशी माहिती एकदा एका वाचकाकडून मला मिळाली. हो आश्चर्याची

गोष्ट म्हणावी. एकंदरीत चौथा मजला म्हणजे अभिजात ज्ञानाची खाण.

आता पाचवा मजला. हा मजला संशोधकांसाठी आहे. इथे विविध प्रकारचे संदर्भग्रंथ जतन करून ठेवण्यात आले आहेत. देश-विदेशातले अनेक संशोधक इथे गोव्यात आल्यानंतर या पाचव्या मजल्यावर येऊन संशोधनात्मक निबंध लिहीत असतात अशी माहिती मला त्यावेळी मिळाली. या पाचव्या मजल्यावरील पुस्तके वाचकास किंवा संशोधकास अभिजात ज्ञान पुरवितात. त्यामुळे अनेक विद्यार्थी विद्यार्थिनी आणि इतरही अनेकजण या पाचव्या मजल्यावर त्यांचे त्यांचे लॅपटॉप घेऊन कीबोर्ड बडविताना मी बघितले होते. त्यासाठी खास लॅपटॉप क्युबिकल्सची सुविधा येथे उपलब्ध आहे. जिज्ञासापूर्ती म्हणजे काय, हे पाचव्या मजल्यावर अनुभवायला मिळते. इथले संशोधक संशोधन करताना किती गुंग होऊन जातात हे पाहून मला हुरूप येत असे.

आता सहावा मजला हा फक्त पोर्तुगीज भाषेतल्या पुस्तकांसाठी राखून ठेवलेला आहे. गोव्यामध्ये सुमारे साडेचारशे वर्षे पोर्तुगीजांचा अंमल होता. त्यामुळे गोव्यावरती पोर्तुगीज पगडा अजूनही आहे. त्यामुळे इथे पोर्तुगीज ग्रंथसंपदेला मर्यादाच नाही. मागच्या पिढीतली आणि आज हयात असलेली बुजुर्ग मंडळी गोव्यात घरात पोर्तुगीज भाषा बोलतात, असे मला त्यावेळी सांगण्यात आले होते. अनेक वेळा मीदेखील हे अनुभवले होते. अगदी बाजारात वगैरे देखील कधी कधी दोन वृद्ध एकमेकांशी पोर्तुगीज भाषेत बोलताना मी अनेक वेळा बघितले, ऐकले. उच्चारावरून लगेच समजून येत असे कि ती भाषा पोर्तुगीज होती. तसेच गोव्यात संगीताचे कार्यक्रम होतात त्यात पोर्तुगीज गाणी आणि संगीताचा आवर्जून समावेश असतो. मारिया पिताशे हे गाणे त्याचा उत्तम नमुना. असो. गोव्यात पर्यटक जसा हा वाट फुटेल तिकडे भटकतो तसं लिहीत असताना माझे देखील विषयांतर होत असते. तेव्हा आपण परत येऊ गोव्याच्या सेंट्रल लायब्ररीच्या सहाव्या मजल्यावर. तेव्हा गोव्याची पोर्तुगीज पार्श्वभूमी कोणास अभ्यासावयाची असल्यास त्याने या सहाव्या मजल्यावर जाऊन बसावे.

या लायब्ररीचे आणखी एक वैशिष्टय म्हणजे येथील तीन अत्याधुनिक हॉल्स. एक लहान, एक माध्यम आणि एक मोठा असे तीन हॉल्स इथे उपलब्ध आहेत. या हॉल्समध्ये विविध प्रकारचे परिसंवाद, परिषदा,

चर्चासत्रे आदी चालतात. अत्याधुनिक ध्वनी यंत्रणा आणि बैठक रचना यांनी हे हॉल्स सुसज्ज आहेत. या लायब्ररीची योजना करताना किती दूरदृष्टी दाखवली गेली आहे ते यावरून दिसते.

महत्त्वाचे म्हणजे या लायब्ररीमध्ये अक्षरशः एक लॅबोरेटरी आहे. या लॅबोरेटरीमध्ये अनेक प्रकारची शेकडो रसायने, उपकरणे, विविध प्रकारचे ब्रश, विविध प्रकारच्या पावडरी सुव्यवस्थितपणे ठेवलेल्या आहेत. जुनी किंवा फाटलेली पाने या लॅबोरेटरी मध्ये आणून त्यांवर अनेक रासायनिक प्रक्रिया करून ती पुढे वर्षानुवर्षे अबाधित राहतील अशा पद्धतीने संरक्षित केली जातात.

या लायब्ररीचे आणखी एक वैशिष्ट्य म्हणजे येथे उपलब्ध असलेल्या संपूर्ण पुस्तकांची यादी लायब्ररीच्या वेबसाईटवर उपलब्ध आहे. अर्थातच जगाच्या कोणत्याही कानाकोपऱ्यातून ती बघता येते. गेरार्ड डि कुन्हा या आंतरराष्ट्रीय ख्यातीच्या वास्तुविशारदाने या भारदस्त आणि भव्य लायब्ररीची वास्तुरचना केली आहे. तोही गोव्याचाच सुपुत्र. लायब्ररीच्या भव्य प्रवेशदालनात येताच ध्यानमग्न मानवी चेहऱ्याच्या आकाराची एक भलीमोठी कलाकृती आपले लक्ष वेधून घेते. अगदी जवळ जाऊन बघितल्यास ते शिल्प अनेक टायर्सच्या रबरापासून बनवलेले आहे, हे लक्षात येते. मी जेव्हा अगदी सर्वप्रथम हे शिल्प बघितले तेव्हा अत्यंत भारावून गेलो हातो. बराच वेळ त्या शिल्पासमोर खिळून उभा होतो. नुसते वाचन महत्त्वाचे नाही. वाचनाच्या परिघावर चिंतन हवे. अंतर्मुखता हवी. तळहाताच्या काटकोनात आपली हनुवटी आणि गाल स्थिरावणारे मानवी चेहऱ्याचे हे शिल्प म्हणजे चिंतनाचे मुर्तीमंत प्रतीक. अंतर्मुख होणे म्हणजे काय, याचे त्या शिल्पाच्या मौनभावातून आकलन होते. ज्याने कोणी या लायब्ररीच्या प्रवेशदालनात या शिल्पाची योजना केली त्याची कल्पकता आणि प्रतीकात्मकता वाखाणण्याजोगी आहे.

एवढी समृद्ध लायब्ररी प्रथमच बघितली. त्यामुळे साहजिकच तिचा इतिहास जाणून घेतला. ही लायब्ररी पोर्तुगीजांनी सन १५ सप्टेंबर १८३२ रोजी स्थापन केली होती अशी माहिती या लायब्ररीच्या संकेतस्थळावर देण्यात आलेली आहे. त्यावेळी त्या लायब्ररीमध्ये पोर्तुगीज, फ्रेंच, स्पॅनिश, लॅटिन आणि इंग्लिश भाषेतली ग्रंथसंपदा होती. त्यावेळी ही लायब्ररी मांडवी नदीच्या तीरावरील एका छोटेखानी

पोलीस इमारतीत होती. त्यानंतर ती पणजी बस स्टँडच्या मागील या तब्बल १३,३६९ चौरस मीटरच्या सहा मजली इमारतीमध्ये सन २०१२ साली स्थलांतरित करण्यात आली. नवीन इमारत बांधण्यास त्यावेळी तब्बल ३२ कोटी रुपये खर्च आला अशी माहिती संकेतस्थळावर उपलब्ध आहेत. एकोणिसाव्या शतकात तिची स्थापना झाल्यापासून या लायब्ररीचे नाव आणि स्वरूप अनेक वेळा बदलले गेले होते. सन १९६१मध्ये गोवा स्वतंत्र झाल्यावर लायब्ररीस मध्यवर्ती वाचनालय म्हणजे सेंट्रल लायब्ररी असे नाव देण्यात आले.

सोळाव्या शतकात गोव्यामध्ये कृष्णदास शामा नावाचे साहित्यिक होऊन गेले. कोकणी साहित्यासाठी त्यांचे अमूल्य योगदान होते. कोकणी गद्याचे जनक असे त्यांना म्हटले जाते. तसेच कोकणी साहित्याचे पिता असेही त्यांना संबोधले जाते. त्या कृष्णदास शामा यांचे नाव सन २०१२ साली या लायब्ररीस देण्यात आले. भारतीय पुस्तक नोंदणी कायदा, १९५६ अन्वये ही लायब्ररी कॉपीराइट लायब्ररी आहे. त्यामुळे, गोव्यात प्रकाशित झालेल्या कोणत्याही पुस्तकाच्या तीन प्रती या लायब्ररीला देणे आवश्यक असते. गोव्यात प्रकाशित झालेल्या सर्व पुस्तकांची वार्षिक यादी या लायब्ररीद्वारे तयार केली जाते आणि ती गॅझेट म्हणजे राजपत्रात प्रसिद्ध केली जाते. सन १९६१ मध्ये गोवा स्वतंत्र झाल्यानंतर लायब्ररीची ग्रंथसंपदा वाढतच गेली. मराठी, कोकणी, इंग्लिश, हिंदी आणि पोर्तुगीज या भाषेतली पुस्तके तिथे प्रामुख्याने आहेत. ही लायब्ररी आठवड्याच्या सातही दिवस चालू असते. तसेच सभासदांनी घरी नेलेल्या पुस्तकाचा कालावधी घरबसल्या इंटरनेटवरून एकदा वाढविण्याची देखील सुविधा उपलब्ध आहे. तसेच, आपण नेलेल्या पुस्तकांची नोंद लायब्ररीच्या संकेतस्थळावर ठेवली जाते. ती आपण कधीही पाहू शकतो.

एखाद्या गावाची बौद्धिक पातळी ठरवायची झाली तर ती ठरवता येईल तेथील ग्रंथालयावरून. ग्रंथालय म्हणजे ज्ञानाचे महाद्वार. आज इंटरनेटच्या युगातदेखील छापील पुस्तकांना कोण मागणी आणि किंमत आहे. म्हणजे काही झाले तरी पुस्तके आणि इतर छापील वाङ्मय हे चिरायू आहे. पुस्तक वाचणे आणि इंटरनेट किंवा किंड्लवर वाचणे यांत फार फरक आहे. पांढऱ्याफटक किंड्लला पुस्तकांचा फील नाही.

छापील पानांचा सुगंध नाही. जुनाट आणि फाटक्या पुस्तकांचे सौंदर्य तर नाहीच नाही. आणि अशा या पुस्तकांचे माहेरघर म्हणजे ग्रंथालय. गाव तिथे ग्रंथालय, हे सहजसाध्य आहे. गावागावात ग्रंथालय चळवळ, वाचन चळवळ उभारली गेली पाहिजे. आणि त्यासाठी गोव्याची ही भव्यदिव्य सहा मजली सेन्ट्रल लायब्ररी जणू एक दीपस्तंभ आहे.

◆

सुशेगाद!...

गोव्याच्या मुंबई उच्च न्यायालयामध्ये निबंधक-प्रशासन म्हणून बदली झाली आणि फेब्रुवारी २०१८ मध्ये मी रुजू झालो. सुरुवातीस सुमारे एक वर्षभर गोवा राज्य विधीसेवा प्राधिकरणाचा मेंबर सेक्रेटरी म्हणजे सदस्य-सचिव म्हणून माझ्याकडे अतिरिक्त कार्यभार होता. ते राज्यस्तरीय पद आहे. विधी सेवा प्राधिकरणाच्या मेंबर सेक्रेटरीस संपूर्ण भारतभर अनेक परिषदा, चर्चासत्रे, परिसंवादांना हजेरी लावावी लागते.

असेच एकदा एका राष्ट्रीय परिषदेसाठी माझे नामांकन झाले होते. परिषद दिल्लीला होती. परिषदेची व्याप्तीही मोठी असल्याने गोव्यातल्या महिला आणि बालकल्याण, गृहखाते, पोलीस आदी खात्यांच्या वरिष्ठ अधिकाऱ्यांना देखील दिल्लीहून निमंत्रण आले होते. महिला आणि बालकल्याण विभागाचे संचालक आणि मी एकाच विमानाने दिल्लीला जायचे ठरवले. ठरल्यानुसार आम्ही दोघांनी एकदम विमानतळावरच भेटण्याचे ठरविले. गोव्याहून विमानाची वेळ होती साधारण दुपारी साडेचारची. नियमानुसार साधारणतः दोन तास अगोदर विमानतळावर जावे लागते. त्यानुसार मी तिथे स्वभावानुसार सुमारे अडीचच्या दरम्यान जाऊन पोहोचलो. पण जवळपास चार वाजले तरी या संचालक महाशयांचा पत्ता नाही. आता कसे आहे ते माहीत नाही पण त्यावेळी गोवा विमानतळावर मोबाईलचे नेटवर्क जरा जास्तच खराब होते. त्यामुळे मोबाइलवरून त्यांच्याशी संपर्क साधणे देखील मुश्किल होऊन बसले होते. इकडे अखेरीस विमानाकडे रवाना होण्याअगोदरची म्हणजे बोर्डिंग साठीची रांग लागलेली. तरी महाशयांचा पत्ता नाही. इकडेतिकडे बघत मी त्या रांगेत उभा राहिलो. पुढील सर्वजण त्यांचे बोर्डिंग पास दाखवून विमानाच्या दिशेने लगबगीने सरकत होते. मीही रांगेत पुढे पुढे

सरकत होतो. रांगेतला मी जवळपास शेवटचाच प्रवासी होतो. अखेरीस, अगदी शेवटच्या क्षणी या महाशयांचे मला अचानक दर्शन घडले. अत्यंत शांतपणे, आपल्या नादात, अजिबात घाई गडबड न करता, हस्तपादाने महाशय रांगेपर्यंत येऊन मग माझ्याजवळ आले. अगदी माझ्याबरोबरच त्यांनी बोर्डिंग पास दाखवून घेतला आणि आम्ही दोघे मग टेलिस्कोपिक बे मधून विमानाच्या दरवाजाच्या दिशेने निघालो.

मला मात्र राहून राहून प्रचंड आश्चर्य वाटत होते. या थोर माणसाने अजिबात घाई गडबड न करता जवळपास माझ्याचबरोबरच बोर्डिंग पास दाखविला आणि अगदी नेटाने विमानात शांतपणे आसनदेखील ग्रहण केले. माझ्या मनात मात्र प्रचंड खळबळ माजली होती. म्हणजे मी विमानतळावर येईपर्यंत आणि त्यानंतरही जी घाईगडबड करत होतो, ती अनावश्यक होती की काय, असे मला वाटू लागले. परंतु स्वभावानुसार मला मात्र राहवत नव्हते. हे गृहस्थ माझ्या शेजारील सीटवरच असल्याने मी त्यांचे अगदी वेळेवर येण्याबाबत विषय छेडलाच. तेव्हा ते शांतपणे म्हणाले, 'आम्ही गोव्याचे लोक एकदम सुशेगाद!' एकदम मस्त शब्द. सुशेगाद.

विमानतळाच्या त्या प्रसंगाअगोदर मी 'सुशेगाद' हा शब्द ऐकला नव्हता असे नाही. पण त्यावेळी सुशेगाद हा शब्द मला फार भावला. अत्यंत समर्पक असा शब्द त्यांनी वापरला होता. हा एक असा शब्द आहे की त्याबद्दल बोलायचे झाल्यास एक पूर्ण प्रकरण लिहून काढावे लागेल आणि म्हणून हा प्रकरण-प्रपंच.

एकदा असेच एका छोट्या गावातल्या शाळेमध्ये लिगल लिटरसी क्लबच्या स्थापनेच्या कार्यक्रमाला गेलो असता शिष्टाचार म्हणून चहा, बिस्किटे आणि नाश्ता देण्यात आला. नाश्ता देणारी मुले थोडी घाई गडबड करत होती. त्यामुळे तिथे असलेली एक थोराड शिक्षिका बाई त्यांना म्हणत होती, 'सुशेगाद हं सुशेगाद.' गोव्यात मी हळूहळू जुना होत गेलो आणि मग हा शब्दही माझ्या अंगवळणी पडू लागला. संदर्भाने त्याचा अर्थ देखील लागू लागला. त्याचा अर्थ कोणाला विचारावा अशी गरज उरली नाही. सुशेगाद म्हणजे शांत, गडबड गोंधळ न करणारा, फाजील घाई न करणारा, सर्वकाही संयमाने घेणारा हे आणि असे अनेक अन्वयार्थ सुशेगाद शब्दांने काळाच्या ओघात

निर्माण करून ठेवलेले आहेत. खरे पाहता सुशेगाद हा कोकणी शब्द अजिबात नाही. सोसेगॅदो या पोर्तुगीज शब्दाचा तो कोकणी अपभ्रंश. सोसेगॅदो या शब्दाचा पोर्तुगीजमध्ये अर्थ आहे शांतचित्त!

गोव्यातल्या लोकांना हे विशेषण अत्यंत चपखलपणे लागू पडते. गोव्यातला माणूस फाजील घाई गडबड करणार नाही. विनाकारण गाडी जोरात चालवणार नाही. कोणत्याही वेगापासून शक्यतो दूर राहणारा. एकंदरीत म्हणजे, सर्वकाही शांतपणे, ज्याच्यात्याच्या नैसर्गिक चालीनुसार, आवश्यक तेवढ्या वेगाने चालावे आणि आयुष्य खऱ्या अर्थाने जगावे अशी सर्वसाधारण गोवेकर कोकणी माणसाची आयुष्याबद्दल संकल्पना असावी. माझ्या नाशिकच्या घरामध्ये पूर्वी भिंतीवर एक पोस्टर होते. एक सुंदर जलाशय, त्याच्या आजूबाजूला अनेक झाडे, वेली, जलाशयात एक छोटी होडी आणि त्या होडीत अत्यंत संथपणे वल्हविणारा एक नावाड्या, असे साधारण काहीसे चित्र त्या पोस्टरवर होते. आणि वरच्या डाव्या कोपऱ्यात बारीक अक्षरांत असे लिहिलेले होते, if you want to get the most of the life, pedal slowly. समस्त गोवेकरांच्या बाबतीत हाच जीवनादर्श. त्यामुळेच प्रत्येक गोवेकर अत्यंत शांत, परिपक्व, समृद्ध असा वाटतो. गोव्यात वाहतुकीची शिस्त वाखाणण्याजोगी आहे. गोव्यात वनवे फार. गाडी फार जपून चालवावी लागते. एखादा बाहेरचा वाहनचालक विनाकारण घाई गडबड करत रॉंग साइडने येताना दिसला तर ते इथल्या सुशेगाद गोवेकराला अजिबात रुचत नाही. अशा वाहनचालकाकडे ते इतक्या विचित्र पद्धतीने पाहतात की जणू तो एखाद्या परग्रहावरून आलाय की काय. एखादा गोवेकर मग त्याला डोस देतो, इथले ट्रॅफिक पोलीस पैसे खात नाहीत. आता ट्रॅफिक पोलीस पैसे खात नाहीत म्हटल्यावर त्या वाहनचालकाच्या पोटात भीतीने गोळाच उठतो आणि मग अखेरीस या घुसखोराला माघार घ्यावीच लागते. घाईगर्दीत शिस्त साधता येणे शक्यच नाही. त्यासाठी सुशेगादपणाच हवा. पूर्वी मंदिरात दर्शनासाठी रांगेत उभे राहिल्यावर सर्वांना सारून पुढे जाऊन दर्शन घ्यावे, असे मला अनावर व्हायचे. रांग सहन होत नसे. पणजीतल्या महालक्ष्मी मंदिरात जाऊ लागल्यावर आणि तिथल्या भाविकांकडून रांगेला दिले जात असलेले महत्त्व पाहून माझी ही 'विकृती' आपोआप दूर झाली.

गोवेकरांचे एकंदरीत राहणीमान बघितले तर जवळपास सर्वच लोक आर्थिकदृष्ट्या चांगले स्थिरावलेले. भारतात सर्वात जास्त दरडोई उत्पन्न असलेलं हे राज्य. खाणकाम आणि पर्यटन या गोव्याच्या अर्थव्यवस्थेच्या दोन नाकपुड्या. साक्षात परशुरामाच्या भूमीत वास्तव्याला असलेल्या आणि त्याचा सार्थ गर्व असलेल्या गोवेकर माणसाला पैशाची हाव नाही. आपापल्या मूळ गावी वडिलोपार्जित मोठी कौलारू घरे, शेतीवाडी, आंब्याच्या आणि काजूच्या बागा आणि नारळी-पोफळीची मनसोक्त बने. असा एकंदरीत सर्वसाधारणपणे बहुतांशी गोवेकरांच्या संपन्न जीवनाचा थाट. नोकरी-चाकरी निमित्त गोवेकर पणजी, मडगाव सारख्या शहरांकडे आले तरी बहुतांशी गोवेकर शक्यतो त्याच्या स्वतःच्या जुन्या, टुमदार आणि माणुसकीचे दर्शन घडवणाऱ्या वडिलोपार्जित घरातच वास्तव्य करणे पसंत करतो. मग ते घर त्याच्या कार्यालयापासून भले कितीही दूर असो. गोवा आडवा पन्नास तर उभा जेमतेम शंभर किलोमीटर. त्यामुळे स्वत:च्या घरून येऊन जाऊन करणे फार अशक्य नाही. बरं ही धडपड फक्त घरभाडे भत्ता मिळण्यासाठी नाही. स्वतःच्या घरात राहिल्यावर घरभाडे भत्ता मिळतो हा आपसूकपणे होणारा लाभ. परंतु घरभाडे भत्ता मिळावा म्हणून स्वतःच्या घरात राहावे, असे तत्त्वज्ञान इथे अजिबात नाही. गोवेकर त्याच्या टिपिकल गोवन बांधणीच्या घरात जास्त रमतो. त्याचा आत्मा अशा घरात सुखावून जातो. आणि गोवेकरांच्या अशा शांत, निसर्गरम्य परिसरयुक्त घरांमधील वास्तव्यामुळेच सुशेगादपणा त्यांच्या व्यक्तिमत्त्वात घर करून राहतो. काही गोवेकरांनी आपल्या कार्यालयात जवळ सरकारी निवासस्थाने स्वीकारली असली तरीही शनिवार-रविवारी ते आपल्या मूळ गावी आणि मूळ घरी हमखास जाणार हे मात्र नक्की. गणपतीच्या दिवसांत तर किमान पाच दिवस गोवेकर त्याच्या मूळ गावच्या घरी मुक्काम ठोकून असतो म्हणजे असतो. गोव्यात आणखी एक बाब अशी हेरली की, बाहेरचा माणूस गोव्यात रमू शकतो, पण गोव्यातला माणूस गोव्याबाहेर फार काळ रमूच शकणार नाही. जे गोव्यात आहे ते जगात नाही. आणि जे जगात आहे ते गोव्यात नाही. गोवेकरांचे गोव्यावर प्रचंड, नितांत प्रेम. गोव्यातले सागरी किनारे गोव्यातल्या माणसाला सारखे खुणावत असतात.

इतरत्र मोठ्या शहरात मालमत्तांचे भाव कुठे, किती यावर खिशात

पैसे नसलेल्या लोकांची चर्चासत्रे झडतात. घरी नाही दाणा अन् मला गावपाटील म्हणा, हा बाणा गोव्यात अजिबात दिसून आला नाही. गोव्यातला माणूस अत्यंत डाऊन टू अर्थ. पैशाचा किंवा मालमत्तेचा बडेजाव नाही, अंगात कितीही गुण असले तरी त्याचे ओंगळवाणे प्रदर्शन नाही, घरामध्ये देखील अत्यंत गरजेपुरते आणि जुजबी सामान, स्वतःच्या वाहनाचा किंवा इतर चीजवस्तूंचा बडेजाव नाही, अशी सर्वसाधारणपणे इथली जीवनपद्धती. आणि ही गोष्ट पिढ्यानपिढ्या चालत आलेली. त्यात आधुनिकतेमुळे तसूभरही फरक पडलेला नाही. याचा अर्थ गोव्यातला माणूस मोबाइल वापरणार नाही असा नाही, पण त्या मोबाइलला एखाद्या ठिकाणी चांगले नेटवर्क नसले तर स्वतःला फारसा त्रागा करुन घेणार नाही. आपल्याकडे एखाद्याचा ईसीजी वाईट आला तरी तो फारसे गांभीर्याने घेणार नाही पण मोबाइलला एखदेवेळी रेंज पुरेशी नसली तर त्याच्या जीवाची घालमेल होते. तसला प्रकार गोव्यात नाही. मोबाइलला रेंज नसली नसली तरी चालेल, पण दररोज जेवणात किमान एक वेळ तरी मासे हवेत. गोवेकरांचे मत्स्यप्रेम जगभर प्रसिद्ध.

कविवर्य बा. भ. बोरकर असेच अत्यंत मत्स्यप्रेमी. एकदा ते म्हणाले होते, आयुष्यभर मी गोव्यातल्या माशांवर जगलो, मनसोक्त आणि विविध प्रकारचे मासे खाल्ले, तेव्हा परतफेड म्हणून असे वाटते की मी गेल्यावर माझा देह एखाद्या नदीत टाकावा आणि मग माशांनी त्यावर मनसोक्त ताव मारावा! गोव्यातली एखादी बडी, लक्ष्मीवंत असामी जर मुंबई-दिल्लीसारख्या शहरात हॉस्पिटलमध्ये ॲडमिट झाली तर तिच्यासाठी गोव्यातली फिश करी त्या हॉस्पिटलमध्ये अगदी विमानांनी पुरविली जाते, असे गंमतीने म्हटले जाते. कदाचित खरेही असावे. थोडक्यात म्हणजे, अन्न हे पूर्णब्रह्म या तत्त्वाचा नम्रपणे स्वीकार केल्यामुळे गोवेकरांच्या जीवनात चिरंतन स्थैर्य आणि संपन्नता वास करून आहेत. त्यामुळे, सुशेगाद ह्या शब्दाचा खरा अन्वयार्थ हा शांत, थंड, अजिबात घाई गडबड न करणारा असा न लावता सुशेगाद म्हणजे तृप्तीयुक्त विरक्ततेने स्थितप्रज्ञ झालेला माणूस, असे म्हटले तर अचूक ठरेल. सुशेगाद या शब्दाचा अर्थ आळशी किंवा थंड असा अजिबात नाही.

गोवेकर आळशी तर अजिबात नाहीच. उलट वर्षभर गोवेकर सण साजरे करताना, संगीत नाटकांचे कार्यक्रम आयोजित करताना, गाण्यांच्या मैफलीच्या मैफली आयोजित करून श्रोत्यांना कानसेन करून टाकताना, गोवेकर जो सळसळता उत्साह दाखवतात, तो कदाचित इतरांना झेपवणार देखील नाही. त्यामुळे सुशेगाद या शब्दाचा अर्थ आळशी असा लावणे म्हणजे, आपली स्वतःचीच बुद्धी आळसातून बाहेर पडली नसल्याचे प्रदर्शन घडविण्यासारखे होईल. सुशेगाद माणूस म्हणजे तृप्तीयुक्त विरक्ततेने स्थितप्रज्ञ झालेला चैतन्यपूर्ण गोवेकर! हाच खरा अर्थ. किमान मला तरी तसे वाटते.

गोवेकर मला नेहमीच शांत दिसला. संपूर्ण दिसला. कलासक्त दिसला. संगीतवेडा दिसला. उत्सवप्रिय दिसला. एकंदरीत गोवेकर मला नेहमीच समाधानी दिसला. गोव्यामध्ये एक उच्च न्यायालय आणि दोन जिल्हा न्यायालये. इतकीच काय ती न्याययंत्रणा. मुख्य म्हणजे इथे स्थानिकांकडून घडलेल्या गुन्ह्यांचे प्रमाण अत्यंत अल्प. गोव्यात जास्तीत जास्त गुन्हे केले जातात ते बाहेरून गोव्यात आलेल्या लोकांकडून, पर्यटकांकडून. मालमत्तेवरून इथे कोणी आपल्या भावाचा खून केला किंवा मारामारी केली असे जवळपास कधी वर्तमानपत्रात वाचावयास मिळाले नाही. क्वचित एखादा अपवाद घडला असेल तो असेल. जास्तीत जास्त गुन्हे घडतात बाहेरून आलेल्या पर्यटकांकडून आणि रशिया-नायजेरिया इथून आलेल्या पण गोव्यातल्या काही भागांत घुसून बसलेल्या लोकांकडून किंवा इतर राज्यातून पोटापाण्यासाठी गोव्यात शिरलेल्या लोकांकडून. गोव्यातल्या सत्र न्यायालयात कलम ३०२ चे म्हणजे खुनाचे खटलेही अत्यल्प. एकदा एका जिल्हा न्यायाधीशाने गंमतीत बोलल्याचे आठवते, आमच्याकडे गोव्यात ३०२ चे खटले आपापल्या कोर्टात मागून घेऊन तसे खटले चालविण्याचा अनुभव मिळण्यासाठी न्यायाधीशांमध्ये अहमहमिका लागलेली असते. महाराष्ट्रात चित्र जरा वेगळे आहे. महाराष्ट्रातल्या काही जिल्ह्यांमध्ये ३०२ चे खटले चालवून आमचे न्यायाधीश बंधू थकून जातात. एखाद्या भागात ३०२ चे खटले किती त्यावरून त्या भागातल्या सामाजिक जीवनाचा अंदाज लावता येईल. गोव्यात हे प्रमाण अत्यल्प. त्यातही स्थानिक गोवेकरांकडून घडलेल्या ३०२ च्या केसेसचे प्रमाण बरेच कमी. थोडक्यात

म्हणजे ज्याला त्याला आपल्या कर्माची शिक्षा जरुर मिळेल, आपण आपले कर्म का बिघडवून घ्यावे, साधारणपणे अशा परिपक्व मानसिकतेवर अवलंबून गोवेकर आपल्या आयुष्यात रममाण होऊन जातो.

अर्थात याचा अर्थ सर्वसाधारण गोवेकर हा बोलायला लागला तर अगदी सरळपणे एखादी गोष्ट सांगेल असे नाही. गोव्यातले रस्ते जसे नागमोडी, तसे गोवेकरांच्या वागण्या- बोलण्यात देखील नागमोडी कंगोरे दिसून येतात. गोवेकर एखादी हकीगत, किंवा एखाद्या गोष्टीबद्दल माहिती देऊ लागला तर अगदी कान देऊन ऐकावे. नदी-समुद्रातल्या लाटांसारखे कोकणी भाषेतले हेलकावे त्याच्या शब्दा-शब्दांमधून आपल्या कानापर्यंत वाहत येतात. ते ऐकायला फारच गोड वाटते. गोवेकर कोकणीतून मराठी बोलू शकतो. म्हणजे तो बोलतो मराठी पण आपल्याला वाटते कि तो जणू कोकणीत बोलतोय. पात्रांव आणि दोतोर हे गोव्यातले आणखी दोन अगदी प्रचलित शब्द. पात्रांव म्हणजे साहेब आणि दोतोर म्हणजे डॉक्टर, वकील यांसारखा प्रतिष्ठित माणूस. हे दोन्ही शब्द पोर्तुगीज. पण आता ते कोकणी व्यवहारविश्वाचा भाग होऊन बसलेले. रिक्षावाले, टॅक्सीवाले पर्यटकांना विचारत असतात, 'पात्रांव खंय चल्ला?' म्हणजे कोठे जायचे आहे. पण ते पर्यटकांच्या फारसे मागे लागत नाहीत. त्यांना फेरीचा फारसा आग्रह करत नाहीत. इथले रिक्षावाले आणि टॅक्सीवालेदेखील सुशेगाद. पण जर युपी-बिहारकडचे टॅक्सीवाले गोव्यात व्यवसाय करू लागले, तर मग मात्र इथले स्थानिक टॅक्सीवाले त्यांना आंबोलीचा घाट दाखवायला मागेपुढे पाहत नाहीत.

थोडक्यात म्हणजे समस्त गोवेकरांच्या सुशेगादपणात आपली स्वतःची गोवेकर अशी अस्मिता मात्र ते कधीच विसरत नाहीत. आपण गोवेकर असल्याचे भान कायम ठेवत असतात. ते भान जपत असतात. आपण अभिरुचीसंपन्न गोवेकर असल्याचा त्यांना सार्थ अभिमान असतो.

एकदा सकाळच्या प्रहरी बुलेट वरून रपेट करताना एक दृश्य बघावयास मिळाले. गोव्यामध्ये नदीच्या या किनाऱ्यावरून त्या किनाऱ्यावर जाण्यासाठी फेरीबोटी उपलब्ध आहेत. या फेरीबोटी एकतर मोफत किंवा चार चाकी गाड्यांसाठी दहा रुपये इतक्या अल्पदरात वाहतूक करतात. एका फेरीबोटीत साधारणपणे वीस-पंचवीस माणसे, दहा-

पंधरा दुचाक्या आणि तीन-चार मोटर गाड्या आरामात बसतात. म्हणजे इतके वजन एक फेरीबोट पेलू शकते. असो. तर त्या दिवशी सकाळी ती फेरीबोट अगदी निघालेलीच होती. काठावरून थोडे अंतर पुढे पाण्यात अलगदपणे सरकलीदेखील होती. एवढ्यात तिकडून इकडच्या काठावरून एक मुलगा आणि मुलगी खांद्यावर दप्तरे अडकवून आरामात चालत आली आणि हळूचपणे चालत येऊन त्या पुढे सरकलेल्या फेरीबोटीत आपले पाय टाकून फेरीबोटवरच्या प्रवासी गर्दीत सामील झाली. कोणती घाई नाही की कोणती गडबड नाही. आपण त्या निघणाऱ्या फेरीबोटीत आरामात जाऊन पोहोचू हा दररोजचा आत्मविश्वास असावा. बरे, ही दोन मुले फेरीबोट निघालेल्या अवस्थेत फेरीबोटीत पाय टाकत आहेत हे बघून जेटीवरच्या गर्दीपैकी कोणीही त्या मुलांवर ओरडले नाही की रागावले नाही. बरे हा सर्व घटनाक्रम इतक्या शांतपणे घडत गेला की त्याचा माझ्या मनावरच परिणाम झाला. बुलेट किंवा इतर कोणतेही वाहन जोरात न चालविता संथपणे चालविल्यास जास्त आनंद मिळतो, हे मी गोव्यात शिकलो. ज्या आयुष्यात फाजील वेग नाही, तेच खरे आयुष्य. घडाळ्याचे काटे पाहून ज्यांच्या अंगावर सतत काटा येतो ते घाईघाईत जीवन जगून घाईघाईतच वर गेलेले असतात. ते पाहून आपल्या अंगावर काटा येतो. आयुष्याचे टाईम टेबल कसे आखावे आणि अभिरुचीसंपन्न जीवन कसे जगावे, हे गोवेकरांना उपजतच असते की काय असे वाटते.

गोव्यात एका दुकानातून आम्ही दररोज पिशवीचे दूध घेत असू. त्या दुकानदाराचे वागणे माझ्या कायम लक्षात राहील. एकदम शांत दुकानदार होता तो. फार पैशाच्या मागे न लागलेला. गिऱ्हाईक आला की त्याला काय हवे आहे हे विचारण्याचीदेखील तसदी तो घेत नसे. एखादे दिवशी अगदीच उत्साहात असला तर काय हवे आहे, असे तो दोन्ही भुवया उंचावून न बोलताच विचारत असे. एरवी तो भगवद्गीतेचे पूर्ण तत्त्वज्ञान प्यायलेल्या स्थितप्रज्ञासारखा निर्विकारपणे दुकानाच्या मध्यभागी उभा राहत असे. बऱ्याच वेळा खरेदी मधून एक-दोन रुपये उरले तर दुकानदार एखादं चॉकलेट किंवा गोळी ग्राहकांच्या गळ्यात मारतात आणि त्यातूनही नफा मिळवतात. म्हणजे सुट्या पैशांच्या बदल्यात देत असताना ते चॉकलेट किंवा ती गोळी त्यांनी वस्तुतः त्या

वस्तूच्या ‘खरेदी किंमतीवर द्यावयास’ हवी. सुट्या पैशांच्या बदल्यात वस्तू ‘नफा कमवित विकणे’ चोख हिशोबात बसत नाही. परंतु तसे न होता सुट्या पैशांच्या बदल्यात इतर माल असा ‘खपविला’ जात असतो. बहुतांश लोकांच्या लक्षात हा हिशोब येत नाही. असो. पण त्या दुकानदारचे तसे नव्हते. त्याने कधीही कोणतीही वस्तू ग्राहकांच्या गळ्यात मारलेली मी बघितले नाही. उरलेले पैसे मग ते दोन रुपये असो अथवा एक रुपया, तो ते प्रामाणिकपणे परत देत असे. गोवेकरांचा हाच तो खरा सुशेगादपणा! सदैव अत्यंत तृप्त. कोणत्याही ऐहिक गोष्टीचा किंवा पैशाचा हव्यास नाही. ठेविले अनंते तैसेची रहावे, चित्ती असू द्यावे समाधान. समर्थ रामदासांची ही ऊक्ती गोव्यात चपखलपणे लागू पडते. पण जर कुठून शास्त्रीय संगीताची एखादी तान ऐकायला आली तर मात्र गोवेकर चवताळून उठतो!

एकंदरीत गोवेकरांकडून शिकण्यासारखे बरेच काही आहे. प्रामुख्याने त्यांच्यातला सुशेगादपणा. मुंबई-पुणे-नाशिक सारख्या मोठ्या शहरांमध्ये प्रचंड वेग संचारलेला आहे. अधूनमधून जसा वेळ मिळेल तसा बदलीच्या ठिकाणाहून नाशिकला जात असतो. नाशिकमध्ये देखील वेगाचा जो शिरकाव झाला आहे तो बघून अक्षरशः खेद वाटतो. जो बघावा तो घाईतच. पूर्वी लोक घड्याळ हातात घालायचे. आता लोकच घडाळ्याच्या हातात गेलेत. हे बघून अंगावर ‘काटा’ येतो. घड्याळाकडे बघत बघत लोक आयुष्य जगायचे विसरून जातात. मुंबईतल्या एखाद्या चाकरमान्याने आत्मचरित्र लिहायचे ठरविले तर निम्म्या भागात त्याने त्याचा जन्मापासूनच प्रवास लिहावा आणि उर्वरित निम्म्या भागात काहीच न लिहिता ‘आणि माझे निम्मे आयुष्य लोकलच्या प्रवासात गेले’ असे लिहिले तरी चालेल. मुंबईला लांबी-रुंदी आहे पण खोली नाही, असे कोणीतरी म्हटले होते पूर्वी. गोव्याला लांबी-रुंदी नाही पण खोली आहे असे नक्कीच म्हणता येईल. कोणतेही यश घाईघाईने मिळत नाही. त्यास खूप धीर धरावा लागतो. गाजावाजा न करता केलेले प्रयत्न असतात. गोव्यातला माणूस माझ्या मते इतका अभिरुची संपन्न होऊ शकला, कला-संगीत-साहित्यात इतका पुढे जाऊ शकला आणि सरसही ठरला, तो त्याच्या अंगच्या सुशेगादपणामुळेच.

शांतपणे विचार केला तर लक्षात येते, समस्त जगातले लोक

सुशेगादपणा नशिबी येण्यासाठी आयुष्यभर धडपड करत असतात. त्यातल्या त्यात आध्यात्मिक पिंड असलेल्यांना सुशेगादपणा प्राप्य ठरतो. इतर बहुतांशी लोकांसाठी मात्र ते मृगजळच ठरते. जोपर्यंत माणूस सुशेगाद होत नाही तोपर्यंत त्याला आयुष्यात काहीही आनंद घेता येणार नाही, हे सुत्र गोव्यात अनुभवायला मिळते. कष्ट करून पैसा कमवावा आणि त्याचा 'जिवंतपणी' सम्यक उपभोग घेत स्वतःसाठी, कुटुंबासाठी, मित्रांसाठी आंनदी जीवन जगावे. हा गोवेकरांचा सुशेगादपणा.

अर्थात, कालाय तस्मै नमः गोव्याच्या काही स्थानिक लोकांकडून समजले की गोव्यात देखील आता हळूहळू वेगाचा आणि घाईगर्दीचा शिरकाव होऊ लागला आहे. गोव्यातल्या जुन्या टुमदार, झाडावेलींनी वेढलेल्या कौलारू घरांच्या जागी आता सिमेंटची जंगले तयार होऊ लागली आहेत. एक मात्र खरे की, आधुनिक तंत्रज्ञानामुळे जीवन जेवढे सोपे होऊन बसले त्यापेक्षा जास्त अवघड, क्लिष्ट आणि निरर्थक वेगयुक्त होऊन बसले आहे. गोव्याच्या सुशेगादपणात आयुष्य कसे जगावे याचा संदेश आहे.

म्हणून या सर्व घाईगर्दीच्या कॅनव्हासवर एक कॉन्ट्रास्ट साधणारी रेषा म्हणून गोव्यातल्या लोकांनी त्यांचा सुशेगादपणा टिकवून ठेवायला हवा. पर्यटकांनी गोव्यातले निसर्गसौंदर्य जरूर बघावे पण गोव्यातल्या लोकांचा सुशेगादपणा मनापासून न्याहाळावा. मला वाटते, गोव्याचे खरे सौंदर्य तेच आहे. सुशेगाद म्हणजे आळशी तर मुळीच नाही. अखेरीस जाताजाता सुशेगाद या शब्दाची व्याख्या करावयाची ठरली तर ती केवळ अशीच करता येईल, सुशेगादपणा म्हणजे गोवेकरांची तृप्तीयुक्त विरक्ततेने आलेली चैतन्यपूर्ण स्थितप्रज्ञता!

◆

विवा कार्निवल...

साधारणतः मार्च महिन्याची अखेर म्हणजे गोव्यात पर्यटकांची गर्दी विरळ होत जाणारा महिना. त्या अगोदर फेब्रुवारीमध्ये बऱ्यापैकी गर्दी असते. पुढे एप्रिल आणि मे महिन्यामध्ये गोव्यातल्या हवेत खूप जास्त प्रमाणात आर्द्रतायुक्त गरमी असल्याने येथील लोक घामाघूम होऊन जातात आणि मग हुशार पर्यटकांची गर्दी ओसरत जाते. असो. तेव्हा फेब्रुवारी २०१८ मध्ये गोवा येथील मुंबई उच्च न्यायालयात रजिस्ट्रार-ॲडमिनिस्ट्रेशन म्हणून रुजू झाल्यानंतर काही दिवसांतच कार्निवल हा शब्द वारंवार कानावर पडू लागला.

गोव्यातल्या रस्त्यारस्त्यांवर कार्निवलचे रंगीबेरंगी बॅनर्स आणि जाहिराती झळकू लागल्या. वर्तमानपत्रात कार्निवलवर जास्तीत जास्त बातम्या येऊ लागल्या. त्यामुळे कार्निवल म्हणजे एकूण चार दिवसांचा मोठा गाजावाजा असलेला आणि संपूर्ण गोवा राज्यात साजरा केला जात असलेला, विशेषतः कॅथॉलिक संस्कृतीचा हा पगडा असलेला जोरदार उत्सव असतो, हे समजायला वेळ लागला नाही. एखाद्या स्थानिकाला कार्निवलबाबत विचारले तर तो कोकणीत म्हणत असे, 'गोंयांत आसात? तुमी हांगा कितले दीस रावतले?' त्यास मी सांगत असे 'मी गोव्यात बदलीवर आलेलो आहे, टुरिस्ट नाही.' मग तो मला मराठीत माहिती देत असे. कोकणी भाषेवर गोवेकरांचे अत्यंत आणि रास्त प्रेम. पण त्या प्रेमापोटी दुसऱ्या भाषांचा द्वेष करावा, हे सुसंस्कृत अशा कोकणी गोवेकरांच्या स्वभावात बसत नाही. अनेक स्थानिक गोवेकरांकडून मग जमेल तशी आणि जमेल तितकी माहिती घेऊ लागलो.

काळाच्या ओघात हा कार्निवल कॅथॉलिकांपुरताच मर्यादित न राहता हा इतर धर्मीय लोकांच्याही आवडीचा उत्सव होऊन बसला

आहे. तेव्हा या राज्यस्तरीय उत्सवाबद्दल सहाजिकच कोणाच्याही मनात कुतूहल निर्माण होणे अगदी नैसर्गिक आहे. कार्निवलमध्ये गोव्याच्या दक्षिण टोकापासून ते उत्तर टोकापर्यंत संपूर्ण गोवा अगदी अंग झडून कार्निवलच्या तयारीस लागलेला असतो. पोर्तुगीज भाषेत या कार्निवलला 'कार्नावल' म्हटले जाते. कार्निव्हलच्या या उत्सवासाठी येथे लाडात 'विवा कार्निवल' अशा घोषणा दिल्या जातात. 'विवा कार्निवल' असे जागोजागी लिहिलेले दिसून येते. विवा हा शब्द तसा मूळ 'विविर' या स्पॅनिश शब्दाचा नातेवाईक असून त्याचा अर्थ लाँग लिव्ह अर्थात 'चिरंजीवी होवो' असा असतो. संपूर्ण गोव्यात ठिकठिकाणी विवा कार्निवल असे मोठ्या अक्षरात छापलेले अनेक रंगीबेरंगी आणि खूप सजावट केलेले होर्डिंग्स आणि बॅनर्स दिसून येत असतात. मुख्यत्वेकरून यावेळी परदेशी पर्यटकांची जबरदस्त रेलचेल असते.

संपूर्ण गोवा राज्य नटून-थटून कार्निवलसाठी तयार झालेले असते. तसे पाहता गोव्यात फक्त दोन जिल्हे आहेत. अ टेल ऑफ टू डिस्ट्रिक्ट्स. नॉर्थ गोवा आणि साऊथ गोवा. नॉर्थ गोव्याचे मुख्य ठिकाण पणजी हे शहर असून साऊथ गोव्याचे मुख्य ठिकाण मडगाव हे आहे. पणजी ही संपूर्ण गोवा राज्याची राजधानी आहे. त्यामुळे कार्निवलचा जोश पणजी आणि मडगाव या दोन ठिकाणी मुख्यत्वेकरून जाणवतो. अनेक लहान-मोठ्या गावांमध्ये आणि तालुक्यांमध्येदेखील कार्निवलची धामधूम असते. तथापि, कार्निवलच्या समारोपाचा सर्वात प्रमुख समारंभ हा सर्वसाधारणपणे पणजी शहरात होत असतो. संपूर्ण गोवा राज्य अत्यंत रंगबिरंगी बॅनर्स, बोर्ड्स आणि फ्लोट्स यामुळे नटून थटून निघालेले असते. गोव्यामधील अत्यंत प्रचलित अशी कार्निवल साजरी करण्याची पद्धत म्हणजे त्या कार्यक्रमाला अनुसरून फ्लोट्स तयार केले जातात. हे फ्लोट्स म्हणजे पक्ष्यांच्या, कार्टून्सच्या आणि मानवी शरीराच्या आकाराचे मोठमोठे फुगीर पुतळे. ते तयार करण्याची धामधूम साधारणत: डिसेंबर महिन्यापासून सुरू झालेली असते. त्यानंतर मग हे सर्व फ्लोट्स पणजी-मडगाव अशा ठिकाणी आणले जातात. हे फ्लोट्स गोव्यातली अनेक सार्वजनिक मंडळे तयार करत असतात. त्यावेळी या फ्लोट्ससाठी शासकीय अनुदान देखील मिळते, अशी माहिती काही लोकांनी मला दिली होती.

तेव्हा हे सर्व फ्लोट्स कार्निवलच्या मुख्य दिवशी एका ठिकाणी आणून त्यांची चित्ररथांतून मोठी मिरवणूक राज्याच्या मोठमोठ्या रस्त्यांवरून काढली जाते. या मिरवणुकीस फ्लोट्स परेड असे म्हटले जाते. फ्लोट्स परेड बघण्यासाठी लहान बालकांपासून अगदी वृद्धांपर्यंत आणि सामान्य जनतेपासून अगदी मोठमोठ्या व्हीआयपी लोकांपर्यंत सर्वजण रस्त्याच्या दुतर्फा गर्दी करत असतात. तसेच यावेळी त्या मिरवणुकी दरम्यान अनेक चित्ररथ म्हणजे मोटारगाड्या सजवून त्यांना वेगवेगळे डिझाईन घेऊन त्यांची देखील मिरवणूक काढली जाते. अर्थात ही चित्ररथांची मिरवणूक तर असतेच पण त्याबरोबर त्या मोटर गाड्यांमध्ये अनेक स्त्री-पुरुष वेगवेगळ्या आणि चित्रविचित्र वेशभूषा परिधान करून वेगवेगळे अंगविक्षेप करून दुतर्फा गर्दी केलेल्या प्रेक्षकांचे मनोरंजन करीत जातात. ही मिरवणूक कधीकधी तीन-चार किलोमीटरपेक्षा देखील जास्त लांब होते. पणजी, मडगांव, केपे, वॉस्को, कुचकुडे, म्हापसा, मोरजी या गावांमध्ये प्रमुख मिरवणुका असतात.

कार्निवलमध्ये आणखी एक फार विलक्षण प्रकार पहावयास मिळतो. तो म्हणजे विविध प्रकारचे मानवी मुखवटे अर्थात मास्क. कार्निवलच्या सीझनमध्ये संपूर्ण गोव्यामध्ये या मास्कचे जणू पीकच येते. लहान बालकांपासून अगदी वृद्धांपर्यंत हे चित्रविचित्र मास्क घालून इकडे तिकडे झुलत फिरणे हा गोव्यामधील कार्निवल सिझन मधील जागोजागी दृष्टीस पडणारा प्रकार. मुख्यत्वेकरून कार्निवलमध्ये अशी एक संकल्पना आहे की कार्निवल म्हणजे मौजमजेचा चेष्टा-मस्करीचा चार दिवसांचा कालावधी. त्यामुळे हे मास्क घालून समाजातल्या तथाकथित उच्चभ्रू लोकांना वेगवेगळे अंगविक्षेप करून वाकुल्या दाखविणे, हादेखील कार्निवलचा एक गंमतीशीर भाग असतो. हे मुखवटे इतक्या चित्रविचित्र प्रकारचे आणि रंगीबेरंगी असतात की ते घालणारा तुम्हाला कधी ओळखू येणार नाही. तसेच ज्या वाहनांमधून या फ्लोट्सची मिरवणूक निघते, या वाहनांना देखील गरुड, मोर, कोंबडा आदी प्रकारचे आकार दिले जातात.

आता या कार्निवलमध्ये एक किंग मोमो नावाचा एक विलक्षण प्रकार असतो. यास पोर्तुगीज भाषेत रेई मोमो आणि स्पॅनिश भाषेमध्ये रे मोमो अशा देखील संज्ञा आहेत. या दोन्ही संज्ञांचा देखील गोव्यामध्ये

सर्रास वापर होतो. तथापि ही जास्त प्रचलित संज्ञा म्हणजे किंग मोमो. हा किंग मोमो म्हणजे कार्निव्हलचा राजा मानला जातो. अशीच प्रथा ब्राझील आणि कोलंबियामध्ये देखील तिकडील कार्निवलमध्ये चांगलीच प्रचलित आहे. साधारणत: एखाद्या उंच आणि जाडजूड पुरुषाची निवड किंग मोमो म्हणून केली जाते. या किंग मोमोच्या निवडीसाठी गोव्यात चक्क एक राज्यस्तरीय समिती स्थापन केली जाते. किंग होण्यासाठी इच्छुक पुरुष अर्ज करतात. त्यातून दरवर्षी एकाची निवड होते. त्याला मग त्यावर्षीचा किंग मोमो म्हणून बातम्या आणि वृत्तपत्रांमध्ये बरेच स्थान मिळते. या किंग मोमोची वेशभूषा मग एखाद्या राजाला शोभेल अशी केली जाते. अंगभर सोनेरी चमकीदार झगा आणि डोक्यावर जणु सोनेरी मुकुट! आणि मग चार दिवस हा किंग मोमो अत्यंत राजेशाही थाटात आणि आयटीत संपूर्ण गोव्यात संचार करीत असतो. आता संपूर्ण गोव्यावर चार दिवस किंग मोमोची सत्ता असणार, असे येथील वृत्तपत्रे लाडात जाहीर करतात. सगळ्या कार्निवल मिरवणुकांचे नेतृत्व या किंग मोमोचा रथ करीत असतो. या मिरवणुका जेव्हा रस्त्यावरुन चालत असतात त्यावेळी प्रचंड मोठ्या आवाजात इंग्रजी गाण्यांची आणि संगीताची रेलचेल असते. तसे गोवा हे मुळातच संगीतमय, संगीत वेडे राज्य. हा कार्निवल म्हणजे तर आधीच उल्हास त्यात फाल्गुन मास! ही म्हण येथे सकारात्मकपणे वापरली आहे, हे सुज्ञ वाचकांच्या लक्षात आले असेलच.

तसे पाहता भारतात असा कार्निवल फक्त गोवा आणि गोव्यातच साजरा होतो. भारतात इतरत्र कोठेही अशा प्रकारचा कार्निवल नावाचा प्रकार अस्तित्वात नाही. कार्निवल हा उत्सव गोव्यात फार पूर्वी म्हणजे पोर्तुगीजांच्या राज्यात सुरू करण्यात आला होता. गोव्यात पोर्तुगीजांची सत्ता जवळपास साडेचारशे वर्षे होती. या सत्तेच्या अखेरीस कार्निवल बंद पडत चालला होता आणि नंतर तो पूर्णपणे बंद पडला. त्यानंतर सन १९६५ सालानंतर काही गावांमधून त्यास परत सुरुवात होऊन तिथून पुढे वर्षानुवर्षे मग कार्निवलचा हा उत्सव चांगलाच जोरदारपणे साजरा केला जाऊ लागला. तो आजतागायत अखंडीतपणे चालू आहे.

आता या कार्निवलचा कॅथॉलिक जीवन पद्धतीशी कसा संबंध आहे ते पाहणे उद्बोधक ठरेल. कॅथॉलिक जीवन पद्धतीमध्ये लेंट नावाचा एक

कालावधी असतो. चाळीस दिवसांचा. हे चाळीस दिवस म्हणजे हे कॅथॉलिक लोक उपवास पाळतात. या चाळीस दिवसांत आत्मसंयम पाळावयाचा असतो. हा काळ म्हणजे प्रायश्चित्ताचा आणि परिवर्तनाचा काळ. या काळात अत्यंत साधे जीवन जगायचे असते. दररोज ईश्वराच्या जवळ नेणाऱ्या प्रार्थना म्हणावयाच्या असतात. या कालावधीमध्ये त्यामुळे आहार, विहार, खानपान, विविध पेये यांचे सेवनावर आपोआपच बंधने येतात. कार्निवल या शब्दाचे मूळ नाते कार्नि लिवरे या मूळ लॅटिन शब्दांशी आहे. कार्नि याचा अर्थ मांस. लिवरे याचा अर्थ सोडून देणे अथवा त्याग करणे. थोडक्यात म्हणजे पुढील चाळीस दिवस मांस सेवनाचा त्याग करावयाचा आहे, असे हा कार्निवल सर्व लोकांना चार दिवस बजावून सांगत असतो! लेंटचा कालावधी सुरू होण्याच्या बरोबर चार दिवस आधीपासून हा कार्निवल सुरू होतो. कार्निवल चार दिवसाचा असतो. पाचव्या दिवसापासून पुढे चाळीस दिवस लेंटचा कालावधी सुरू होतो. त्यातही असे आहे. हा लेंटचा कालावधी दरवर्षी एका विशिष्ट बुधवारीच सुरू होत असतो. त्यास 'ॲश वेनस्डे' असे म्हटले जाते. या बुधवारी कॅथॉलिक लोक कपाळावर राखेने क्रॉस उमटवून घेतात. आपण राखेतून आलो आणि राखेतच जाणार असा संदेश त्यात दडलेला आहे. मानवी जीवनाचा फोलपणा, क्षुद्रता त्यातून उमजून मानवाने इतरांसाठी कल्याणकारी गोष्टी कराव्यात असा त्यामागचा उद्देश. त्यामुळे, या दिवशी सर्व ख्रिस्ती बांधव चर्चमध्ये प्रार्थना करतात आणि कपाळावर राखेचा क्रॉस लावून घेतात. असो.

कार्निवल हा दरवर्षी एका विशिष्ट शनिवारी सुरू होऊन मंगळवारी त्याचा चौथा म्हणजे शेवटचा दिवस येत असतो. दरवर्षी हे दिवस लीटरर्जिकल म्हणजे ख्रिश्चन धर्मियांच्या वार्षिक कॅलेंडरनुसार ठरले जातात. साधारणपणे फेब्रुवारीच्या अखेरीस किंवा मार्चच्या सुरुवातीस हा लेंटचा कालावधी आणि त्या अगोदर चार दिवस कार्निवलचा उत्सव येत असतो. हा चाळीस दिवसांचा कालावधी ज्या शनिवारी समाप्त होतो तो शनिवार म्हणजे होली सॅटर्डे. म्हणजे गुड फ्रायडेच्या पुढचा आणि ईस्टर संडेच्या आधीचा दिवस. तसेच ईस्टरच्या अगोदरचा रविवार पाम संडे म्हणजे झावळ्यांचा रविवार म्हणून मानला जातो. या दिवशी येशूने जेरुसलेममध्ये प्रवेश केला होता आणि लोकांनी हातात

झावळ्या घेऊन येशूचा जयजयकार केला होता.

थोडक्यात म्हणजे पुढे तुम्हाला चाळीस दिवस उपवासाची बंधने पाळावयाची असल्याने जे काय करावयाचे आहे ते या चार दिवसात करून घ्या! असा संदेश जणू कार्निवल देत असतो. या चार दिवसात मग येथील लोक खाणे आणि पिणे आदी सर्व मनसोक्तपणे करून घेतात. या चार दिवशी गोव्यावर किंग मोमोची सत्ता असते असे म्हटले जाते! हा किंग मोमो सर्वांना 'खा प्या आणि मजा करा' असा संदेश देत असतो. त्यामुळे संपूर्ण वर्षात कार्निवलचे चार दिवस गोव्यामध्ये जेवढे उत्साहाचे आणि मस्तीचे वातावरण असते तेवढे पूर्ण वर्षभर नसते असे म्हटले तर वावगे ठरणार नाही. अर्थात याला अपवाद आहे नाताळचा कालावधी. ज्याला नाताळ म्हणजे काय हे भारतात अनुभवायचे असेल तर त्यांनी डिसेंबरच्या शेवटच्या आठवड्यात गोव्यामध्ये मुक्काम ठोकावा. अक्षरशः संपूर्ण गोवा नाताळमय झालेले असते. विशेषतः नाताळच्या काळात संध्याकाळनंतर अंधार पडू लागल्यावर संपूर्ण गोव्यामध्ये रस्त्यारस्त्यांवर आणि घराघरांवर जी रोषणाई केली जाते ती बघून असे वाटते की जणू काही तारांगण अख्ख्या गोव्यामध्ये अवतरले आहे. असो. नाताळवरती एक स्वतंत्र प्रकरण लिहिलेले आहे आणि त्यात नाताळाचा स्वतंत्रपणे रूपविस्तार केलेला आहे.

तेव्हा, कार्निवलच्या आसपास गोव्यात पर्यटन केले तर एक वेगळाच, युनिक माहोल अनुभवायला मिळतो जो भारतात इतरत्र कोठेही नाही. गंमत म्हणजे या लेखाचा समारोप करताना लेखणी अक्षरशः हाताबाहेर गेली आणि कागदावर अत्यंत जोरदार घोषणेच्या सुरात शब्द उमटले - विवा कार्निवल! कदाचित तुम्हालाही ते ऐकू आले असतील.

◆

शिगमोत्सव...

आधीच उल्हास त्यात फाल्गन मास! फाल्गुन मास म्हणजे रंगांची उधळण. त्या अर्थाने हि म्हण येथे योजिली आहे. या म्हणीचा ज्याला प्रत्यय घ्यायचा असेल त्याने होळीच्या आसपास गोव्यास सहलीला जावे.

तसे पाहता संपूर्ण गोवा अत्यंत उत्सवप्रिय. तेथील लोकांना उत्सव साजरा करण्यासाठी फक्त कारण लागते. आणि मग त्यात फाल्गुन मास आला तर! मग मजा काही औरच. थंडीचा जोर ओसरू लागतो. साक्षात वसंत ॠतुचे आगमन. संपूर्ण झाडे, पाने, वेली ही रंगीबेरंगी फुलांनी डवरलेली. गोवा म्हटलं म्हणजे हजारो प्रकारची रंगीबेरंगी फुले. त्यामुळे नटलेल्या फुलांचा जणू फॅशन शो भरलेला असतो. आणि मग अशा अत्यंत प्रसन्न, रंगीबेरंगी, उबदार वातावरणात येतो गोव्यातला हिंदूंचा एक मोठा गाजावाजा करत येणारा आणि बरेच दिवस चालणारा उत्सव..शिगमोत्सव!

इकडे कॅथॉलिक संस्कृतीचा कार्निवल संपन्न झाल्यानंतर निव्वळ काही दिवसांची विश्रांती. आणि मग लगेच सुरू होतो हिंदू संस्कृतीचा पगडा असलेला शिगमोत्सव. फाल्गुन पौर्णिमेच्या पाच दिवस आधी आणि फाल्गुन पौर्णिमेच्या पाच दिवस नंतर असा याचा साधारणपणे विस्तार असतो. फाल्गुन पौर्णिमा ज्या महिन्यात येते त्याच महिन्यात हा शिगमोत्सव येत असतो. म्हणजे साधारणतः मार्च अखेरीस किंवा एप्रिलच्या सुरुवातीला. जवळपास चौदा दिवस हा उत्सव गोव्यात अनेक छोट्या छोट्या गावांमधून तसेच मोठ्या शहरांमधून देखील वाजतगाजत साजरा केला जात असतो. या हिंदू शिगमोत्सवाची ठिकठिकाणची सुरुवात एका सामूहिक प्रार्थनेने होत असते. तिला

'नमन' म्हटले जाते. नमना दरम्यान लोक मादक पदार्थ, मद्य आणि मांसाहार वर्ज्य करण्याचे व्रत घेतात. हे व्रत अर्थातच शिगमोत्सवाच्या कालावधी पुरतेच असते. गोव्यातला माणूस माशांशिवाय राहूच शकत नाही. बा. भ. बोरकर असेच अत्यंत मत्स्यप्रेमी! ते म्हणाले होते, आयुष्यभर या गोव्यातल्या माशांवर ताव मारला, तेव्हा असे वाटते मी गेल्यावर माझा देह एखाद्या नदीत टाकावा आणि त्या माशांना त्यावर ताव मारू द्यावा! तेव्हा, या नमनातील व्रत गोवेकरासाठी तसे एक मोठे दिव्यच.

शिगमोत्सवाचा पाचवा दिवस रंगपंचमी म्हणून साजरा केला जातो. त्यादिवशी गुलालाची उधळण केली जाते. जांबावली नावाचे मडगाव जवळ एक गाव आहे. येथील गुलालोत्सव जास्त प्रसिद्ध आहे. डीजेच्या तालावर पाण्याच्या शिडकाव्यात नृत्य आणि रंग यांची उधळण चालू असते. एकंदरीतच या कालावधीत खाण्यापिण्याची चंगळ असते हे वेगळं सांगावयाची गरजच नाही. शेवटच्या चार दिवसात शिगमोत्सवाचा जोर आणि उत्साह शिगेला पोहोचलेला असतो. शिगमोत्सवाच्या दिंडीसदृश्य मोठमोठ्या मिरवणुका आणि त्यांतील ढगांच्या गडगडाटासारखे गरजणारे ढोल, ताशे, मोठ्या कांसाळ्या म्हणजे झांजांचा झणझणाट, बासऱ्यांची किणकिण, कोकणी आणि मराठी भाषेतली 'गोविंदा रे गोपाळा' या आणि अशा विविध लयबद्ध घोषणांनी दुमदुमणारा आसमंत, आणि गुलाल आणि अनेक रंगांची उधळण - याला म्हणतात गोव्यातला शिगमोत्सव! तसे पाहता भारताच्या विविध भागात या दरम्यान होलिकोत्सव साजरे केले जातात. उत्तर भारतात त्यास होली म्हटले जाते. आसाम आणि बंगालमध्ये त्याला डोलयात्रा म्हणतात. दक्षिण भारतात त्यास कामदहन असे म्हणतात. आणि महाराष्ट्रात शिमगा! परंतु गोव्यात जेवढ्या मोठ्या प्रमाणावर आणि जेवढ्या विविध पद्धतीने आणि जेवढ्या उत्साहात शिगमोत्सव साजरा केला जातो, तसा शिगमोत्सव भारतात इतर कोणत्या राज्यात होत नसावा. त्यामुळे शिगमोत्सव हा गोमंतकीय संस्कृतीचा अत्यंत अविभाज्य भाग आहे.

या शिमगोत्सवाच्या तशा तीन आख्यायिका आहेत. होलीका ही हिरण्यकश्यपुची बहीण. प्रल्हाद हा नारायणाचे नाव घेत असे हे तिला सहन होत नसे. त्यामुळे प्रल्हादाचा सूड घ्यावा असे होलीकेने

हिरण्यकश्यपूच्या डोक्यात भरले. लोकांनी एके दिवशी मग या होलिकेचा पाठलाग करून तिला भस्मसात करून टाकले. ही झाली एक आख्यायिका. दुसरी आख्यायिका म्हणजे, श्रीकृष्णाने पुतना मावशीला ठार केले, तो विजयोत्सव म्हणजे शिगमोत्सव. आणि तिसरी आख्यायिका म्हणजे भगवान शंकराकडून कामदेवाचे दहन झाले, त्याचे पौराणिक स्मरण म्हणून शिगमोत्सव. तसेच आणखी एक प्रघात म्हणजे, दसऱ्यानंतर जे वीर शत्रूशी लढण्यास गेले, पुढे ते विजयी होऊन परत आले, त्यांचे स्वागत करण्यासाठी देखील म्हणून शिगमोत्सव मानला जाऊ लागला. थोडक्यात म्हणजे, वाईट गोष्टींवर चांगल्या गोष्टींचा विजय आणि तो विजय साजरा करण्याचे माध्यम म्हणून शिगमोत्सव, असे साधारणतः त्यामागचे प्रयोजन दिसून येते.

या शिगमोत्सवाचे देखील दोन प्रकार आहेत. एक छोटा शिगमोत्सव, साधारणपणे जुन्या गोव्यातल्या ग्रामीण भागातला. आणि एक मोठा शिगमोत्सव गोव्यातल्या शहरी भागातला. कोकणी भाषेत त्यास धाकलो शिगमो आणि व्हडलो शिगमो असे म्हटले जाते. या कालावधीत गोव्याच्या अनेक भागातल्या रस्त्यांवर मोठमोठ्या मिरवणुका निघतात. मिरवणुकांच्या अग्रभागी विविध प्रकारच्या रंगांचे ध्वज असतात. जशा कार्निवलमध्ये फ्लोट्स परेड म्हणजे मिरवणुका असतात, तशाच शिमगोत्सवात शिगमो परेड असतात. विविध ठिकाणच्या समित्या या परेडचे नियोजन करीत असतात. चौदा दिवसांच्या चौदा परेडचे वेळापत्रक अगोदरच जाहीर केले जाते. त्यात चौदा गावे आणि त्या गावांमध्ये परेड कधी असेल, त्या तारखा अगोदरच प्रसिद्ध केल्या जातात. २०१८ साली फोंडा, मडगाव, सांगे, वास्को, वाळपोई, डिचोली, पेडणे, काणकोण, केपे, कुडचडे, धारबांदोरा येथे या परेड होतात. पणजी आणि मडगाव येथे अर्थातच सर्वात मोठ्या शिगमो परेड असतात. कारण, उत्तर गोव्यात पणजी आणि दक्षिण गोव्यात मडगाव, ही गोव्यातली दोन प्रमुख शहरे. या परेडमध्ये स्त्रिया, पुरुष, बालके अंग झाडून सहभागी होत असतात. महिला अनेक प्रकारची लोक नृत्य आणि कला सादर करतात. पुरुष विविध प्रकारच्या वेशभूषा करून महिलांना साजेशी अशी साथ देत असतात. या परेडमधील स्त्री-पुरुषांच्या वेशभूषा अगदी बघण्यासारख्या असतात. रंगमंचावरील नट्यांना

जसे ही नाटकीय वेष परिधान केले जातात अगदी तशा वेशभूषा परेडमध्ये धारण केल्या जातात. या शिगमो परेड मधून गोव्याचे सांस्कृतिक आणि कला जीवन दर्शविले जात असते. त्यामुळे गोवा म्हणजे काय, हे ज्याला मुळापासून माहीत करून घ्यावयाचे असेल त्यांनी शिमगोत्सवात गोव्यामध्ये मुक्काम ठोकावा. शिगमो परेड मधील संगीत, नृत्य आणि चित्ररथ अगदी बघण्यासारखे असतात. मोठ-मोठी वाद्ये घेऊन या शिगमो परेडला संगीताचा साज चढविला जातो. घोडे-मोडणी नृत्य आणि रोमटामेळ हे यातील खास नृत्य प्रकार. रोमटामेळ म्हणजे साधारणपणे महाराष्ट्रातल्या दिंडीसदृश्य लांबलचक मिरवणूक. परंतु त्यातील पालख्या, त्यांचेवरील छत्रचामरे, नृत्य करणाऱ्यांच्या एकसंगती वेशभूषा, शेले पागोटे, त्यांची चाल, यांच्या लयबद्ध हालचाली, टाळ-मृदुंगाचा आणि ढोल-ताशांचा नाद, डोक्यावरील भगवे फेटे आणि हातातले भगवे झेंडे, त्या भगव्या रंगाचा अंगावरील पांढऱ्याशुभ्र वस्त्रांशी होणारा अद्वैती कॉन्ट्रास्ट, आणि अत्यंत तालासुरात आणि लयबद्ध पद्धतीने म्हटली जाणारी भजने अथवा इतर धार्मिक पदे, हे सर्व केवळ म्हणजे केवळ अवर्णनीय. 'अंजनीच्या सुता तुला रामाचे वरदान' हे पद रोमटामेळमध्ये ज्यावेळी तालासुरात आणि अपारंपरिक चालीत एकदम पाच-पन्नास दिंडीकारांकडून सामुहिकपणे गायले जाते आणि दिंडी मग झुलत झुलत पुढे सरकत जाते, त्यावेळी याचि देही याची डोळा या संगीतमय भक्तीसोहळ्याची अनुभूती घेणाऱ्यांच्या अंगाअंगात अक्षरशः रोमांच उमटतात. अशावेळी जर आपले देहभान हरपले नाही तर आपल्या जिवंतपणावर मनसोक्तपणे शंका घ्यावी! अक्षरशः देहभान विसरून ब्रह्मानंदी टाळी लागावी, असा हा गोव्यातला शिगमोत्सवामधील रोमटामेळ हा एक अत्यंत देखणा आणि श्रवणीय असा दिंडीप्रधान लोकनृत्य प्रकार. आयुष्यात एकदा तरी गोव्यात यावे आणि हा रोमटामेळ बघावा असेच त्याचे वर्णन करता येईल. त्याव्यतिरिक्त गोफनृत्य, तोणयामेळ, थेंग, तालगडी, फुगडी, समईनृत्य, घोडेमोडणी असे विविध नृत्यप्रकार या शिगमो परेडमध्ये बघावयास मिळतात.

आदिवासी बांधवांनी या शिगमोत्सवाच्या माध्यमातून त्यांच्या लोककला आणि पारंपरिक चालीरीती या अत्यंत नेटाने जतन केल्या आहेत. गोव्यातल्या आदिवासी भागांमध्ये देखील शिगमोत्सव त्यामुळे

अगदी बघण्यासारखा असतो. विविध प्रकारची कोकणी भाषेतली लोकगीते आणि गाणी सादर केली जातात. कार्निवलमध्ये जसे फ्लोट्स आणि चित्ररथ तयार केले जातात तसेच या शिगमोत्सवात देखील केले जातात. हिंदू संस्कृतीतल्या आणि पुराणांतल्या अनेक पात्रांचे मोठमोठे पुतळे तयार केले जातात. हे अवाढव्य पुतळे म्हणजेच शिगमोत्सवातले फ्लोट्स. हे फ्लोट्स अगदी अद्भुत, बघण्यासारखे असतात. शिगमोत्सवातल्या या फ्लोट्स परेड बघण्यासाठी म्हणून खास करून काही पर्यटक मार्च-एप्रिल दरम्यान गोव्यामध्ये येण्याचे नियोजन करीत असतात.

तसे पाहता कार्निवल काय किंवा शिगमोत्सव काय, त्यांचे कितीही वर्णन ऐकले किंवा वाचले तरी त्याला अर्थ नाही. याची देही याची डोळा बघावे असे हे दोन्ही सोहळे असतात. त्यामुळे त्यांच्यावर कितीही लिहिले तरीही कमीच. गोव्याचे पर्यटन म्हटले की, लोकांना चटकन आठवतात तेथील समुद्रकिनारे, पंजिम चर्च, ओल्ड गोवा चर्च आणि आणखी काही विविध सिनेमामुळे प्रसिद्धीस आलेली स्थळे. परंतु वर्षभर गोव्यामध्ये सळसळता उत्साह असतो आणि संपूर्ण राज्यात विविध अंगी उत्सव चाललेले असतात. त्यामुळे गोव्याचे पर्यटन जर करावयाचे झाले तर आपण तिथे कोणत्या महिन्यात चाललो आहोत आणि त्या महिन्यात तिथे काही विशेष आहे काय याचा अभ्यास करून जाणे जास्त आनंददायी ठरू शकते. ह्यासाठी गोव्यातल्या ऑनलाईन उपलब्ध असलेल्या वर्तमानपत्रांचे वाचन करावे. त्यात आगामी कार्यक्रमांची माहिती तसेच तारखा देखील दिलेल्या असतात. शिगमोत्सवाच्या दिवसांत गोव्याला भेट दिल्यास आयुष्यभर लक्षात राहील अशी ती सहल असेल एवढे मात्र नक्की.

◆

सांजाव...

गोव्यात सांजाव हा एक अत्यंत लोकप्रिय प्रकार असून मुख्यत्वेकरुन कॅथॉलिक लोकांचा तो एक सण आहे. त्याचा खरा उच्चार पोर्तुगीज सांव जोआंव असा आहे आणि रोमन लिपीतले स्पेलिंग Sao Joao असे आहे. म्हणजे सा आणि जो हे अनुनासिक आहेत. पोर्तुगीज भाषेत असे बरेच अनुनासिक शब्द आहेत ज्यांचा उच्चार नाकातून करावा लागतो आणि लिहिताना त्यावर अर्धा चंद्र किंवा अनुस्वार द्यावा लागतो. आणि पोर्तुगीज भाषेतले अनेक शब्द कोकणी भाषेत उच्चाराच्या थोड्याफार फरकाने तसेच्या तसे आले आहेत. आणि काळाच्या ओघात ते प्रचंड प्रचलित देखील झालेले आहेत. सांजाव हा पोर्तुगीज भाषेतला सांव जोआंव यासाठीचा कोकणी अवतार.

सर्वसाधारणपणे सांजाव हा जून महिन्याच्या अखेरीस येत असतो. २४ जून रोजी. सांजाव हा पाऊस सुरू झाल्याचा आनंदोत्सव देखील आहे. गोव्यासारख्या ठिकाणी साधारणतः मे महिन्याच्या शेवटच्या आठवड्यामध्ये जोरदार पाऊस सुरू होतो आणि जून महिन्याच्या अखेरपर्यंत त्याचा जोर आणि आवेग भरपूर वाढलेला असतो. नदी, नाले, तलाव, जलाशय पाण्याने डबडबु लागलेले असतात.

या सांजावच्या दिवशी कॅथॉलिक लोक जवळपास दिवसभर या सणाच्याच धुंदीत असतात. सर्वसाधारणपणे एखाद्या मोठ्या जलाशयांमध्ये, तलावात किंवा विहिरीमध्ये स्त्री-पुरुष काठावरून उड्या मारतात. शहरांमध्ये जेथे लोकवस्तीमध्ये जलाशय अथवा विहिरी नसतात तिथे कृत्रिम छोटेखानी तलाव तयार केले जातात. जसे अलीकडे गणपती विसर्जनासाठी शहराशहरात केले जातात तसे. अशा कृत्रिम जलाशयांमध्ये मग कॅथॉलिक मंडळी तासंतास उड्या मारतात, डुबक्या मारतात आणि या

सणाच्या आनंदात मस्त होऊन जातात. आता ते पाण्यात अशा उड्या का मारतात याला ऐतिहासिक महत्त्व आहे.

गोव्यामध्ये टिआरा नावाचा एक अलंकार असतो. हा टिआरा म्हणजे काय तर डोक्याला एक धातूची अथवा दोऱ्याची रिंग असते. तिला विविध प्रकारची खरी किंवा खोटी फुले जडलेली असतात. तो डोक्यावर परिधान केला जातो. त्यावेळी म्हणजे हे सन २०१८-१९ मध्ये या टिआराची किंमत ३० ते ५० रुपये अशी असे. गोव्यात कोणताही सण असला की या टिआराला फार महत्त्व असते. विशेषत: मुली आणि स्त्रियांमध्ये हा टिआरा जास्त आवडीचा आणि प्रचलित प्रकार आहे. कधीकधी फोटो काढण्यासाठी गंमत म्हणून पुरुष देखील टिआरा घालतात. परंतु क्वचितच. कारण टिआरा हा प्रकार मुली आणि स्त्रिया यांचे सौंदर्य खुलवण्यासाठीचा एक प्रकारचा आभूषणासारखा मुकुट आहे. गोव्यात जानेवारी किंवा फेब्रुवारी महिन्यामध्ये कार्निवल नावाचा एक मोठा पारंपरिक कार्यक्रम असतो. हा कार्निवल पोर्तुगीजांच्या काळात जवळपास साडेचारशे वर्षांपूर्वी गोव्यात सुरू झाला होता. तो आजतागायत चालू आहे. तर या कार्निवलमध्ये देखील अनेक स्त्रिया आणि मुली हा टिआरा डोक्यावर परिधान करून सौंदर्याविष्कार करत असतात. असो. कार्निवलवर स्वतंत्र प्रकरण या पुस्तकात घेतले आहे. सध्या आपला विषय आहे सांजाव. तर या सांजावमध्ये या टिआराला फार भाव प्राप्त होतो.

आता या सांजावला ऐतिहासिक महत्त्व काय आहे ते बघुया. हा सण सेंट जॉन बॅप्टिस्ट यांचा जन्मदिवस म्हणून साजरा केला जातो. सेंट जॉन हा सेंट एलिझाबेथ यांचा पुत्र आणि येशू ख्रिस्ताची आई मेरी तिचा एक नातेवाईक होता. त्यामुळे दरवर्षी २४ जूनला हा सांजाव साजरा केला जातो. २४ जून हा सेंट जॉनचा जन्मदिवस. आता याचा पुन्हा २५ मार्च या तारखेशी आणखी एक संबंध आहे. २५ मार्च हा दिवस मदर मेरीचा उद्धार दिवस म्हणून मानला जातो. आख्यायिका अशी आहे, त्या दिवशी देवदूत गॅब्रियल याने मेरीस एक पुत्र होईल असे भाकीत केले होते. आणि त्याच वेळी एलिझाबेथ ही सहा महिन्याची गर्भवती होती अन् तिच्या उदरामध्ये मुलगा ल्युक (१.३६) हा वाढत होता. पुढे हा ल्युक ख्रिस्ती धर्मातल्या चार गॉस्पेल्स पैकी एक

गणला गेला. असो. माता मेरी हिने एलिझाबेथची भेट घेतली आणि तिला शुभेच्छा दिल्या. त्या शुभेच्छा देत असताना बालक सेंट जॉन याने माता मेरीच्या गर्भात उडी मारली असे ल्युक (१.४४) कालांतराने म्हणतो. ख्रिश्चन धर्मात चार गॉस्पेल्स मानले जातात. गॉस्पेल याचा अर्थ नेहमीच सत्य बोलणारा. अजिबात खोटे न बोलणारा. म्हणजे सत्यवेत्ता. मॅथ्यू, मार्क, ल्युक आणि जॉन असे चार गॉस्पेल्स आहेत. त्यांनी येशू ख्रिस्ताच्या जीवनकार्यावर जे लेखन कार्य केले आहे त्याचा संदर्भ कंसामध्ये आकडे लिहून दिला जातो. वरील कंसातले आकडे तेच दर्शवितात. त्यांच्या या लेखन कार्यास स्वयंसिद्धीचा दर्जा दिलेला आहे. याचा अर्थ त्यांनी जे लिहून ठेवले ते खरे मानायचे. त्याच्या खरेपणाला आव्हान द्यायचे नाही. यावरून इंग्लिश भाषेमध्ये 'गॉस्पेल्स ट्रूथ' हा शब्दप्रयोग प्रचलित झालेला आहे.

तेव्हा, हा २५ मार्च हा दिवस उद्धाराचा दिवस म्हणून मानला जातो. त्यानंतर बरोबर ९ महिन्यांनी म्हणजे २५ डिसेंबर रोजी येशू ख्रिस्तांचा जन्म झाला होता. पुढे सेंट जॉन यांनी विरक्तीचे आणि भटकंतीचे जीवन स्वीकारले. उंटाच्या कातडीचे वस्त्र ते अंगावर घेत असत. या सेंट जॉन यांचे ऐतिहासिक महत्त्व असे की, येशू ख्रिस्तांच्या जन्माचे भाकीत त्यांनी केले होते. पुढे येशू ख्रिस्त तीस वर्षांचे झाल्यानंतर या सेंट जॉन यांनीच येशू ख्रिस्तांची जॉर्डन नदीत बाप्तिस्मा केली होती. बाप्तिस्मा हा ख्रिश्चन धर्मातला एक अत्यंत महत्त्वाचा संस्कार आहे. साधारणतः बालकाचा जन्म झाल्यानंतर त्यास एखादे रविवारी चर्चमध्ये नेऊन तेथील धर्मगुरूकडून त्याच्या अंगावर पवित्र पाणी शिंपडले जाते. त्या दिवशी त्याचे नामकरण देखील केले जाते. जन्मापासून ते बाप्तिस्मा होईपर्यंत ते बालक कोणत्याच धर्माचे नसते. ज्याक्षणी बाप्तिस्मा होते त्या क्षणी ते बालक ख्रिश्चन झाले असे मानले जाते. म्हणजे बाप्तिस्मा झाल्याशिवाय ख्रिश्चन होता येत नाही.

तेव्हा, सेंट जॉनने मदर मेरीच्या गर्भाशयात उडी घेणे आणि पुढे या येशू ख्रिस्तांची नदीमध्ये बाप्तिस्मा करणे या दोन अत्यंत प्रमुख ऐतिहासिक घटना मानल्या जातात. सांजाव हा एक प्रकारे या दोन्ही घटनांचे स्मरण करून देणारा दिवस म्हणून देखील त्याचे महत्त्व असाधारण आहे. त्यामुळे त्यादिवशी विहिरी आणि जलाशयांमध्ये

उड्या मारण्याची प्रथा पडली आहे.

२४ जून पर्यंत गोवा पावसाने पूर्ण झोडपून निघालेला असतो. संपूर्ण हिरवीगार नटलेली सृष्टी आणि जिकडे तिकडे अनेकरंगी आणि विविध प्रकारची हजारो फुले यांनी संपूर्ण गोवा सौंदर्याची जणू चादर पांघरून मदमस्त झालेला असतो. यावेळी गोव्यातल्या सर्व विहिरी, तलाव, पाणवठे पाण्याने जवळपास पूर्ण भरलेले असतात. सेंट जॉन विरक्तीचे जीवन जगत असल्यामुळे बऱ्याच वेळा ते झाडांची पाने किंवा फुले यांचा वेष परिधान करत असत. त्यामुळे त्या गोष्टीचे स्मरण म्हणून सांजावच्या दिवशी कॅथॉलिक पुरुष त्यांच्या अंगावर झाडे, पाने, फुले लावून घेत असतात. तसे पाहता सांजाव हा संपूर्ण जगात कॅथॉलिक लोकांकडून साजरा केला जातो. तथापि ही विहिरीत उड्या मारण्याची प्रथा फक्त गोव्यातच आहे अशी मला कुणीतरी माहिती दिली. यावेळी लोक गोव्यातले पारंपरिक वाद्य घुमट वाजवत आणि विविध प्रकारची कोकणी, इंग्रजी भाषेतली गाणी म्हणत रस्त्यांवरून मिरवणुका काढतात. या मिरवणुकीनंतर मग विहिरीत आणि जलाशयात उड्या मारण्याचा कार्यक्रम सुरू होतो.

आता, विहिरीत उड्या मारण्याच्या प्रकारामुळे पर्यटकांचा असा गैरसमज होऊ शकतो की सांजाव हा फक्त विहिरीत उड्या मारण्याचा सण आहे. परंतु या दिवशी चांगल्या पावसासाठी विविध प्रार्थना देखील म्हटल्या जातात. अगदी तालासुरात. गोव्यात सांजाव हा पर्यटकांचा अत्यंत आवडणारा कार्यक्रम अथवा सण आहे. अनेक परदेशी पाहुणे तर निव्वळ या सांजावसाठी गोव्यात जून महिन्यात ठाण मांडून असतात.

पुढे काळाच्या ओघात सांजावने देखील विविध रूपे धारण केली आहेत. उदाहरणार्थ, सिओलीम अर्थात शिवोली तालुक्यात अत्यंत सुंदरपणे सजावट केलेल्या बोटींवर अनेक प्रकारचे प्राणी अथवा पक्षी यांचे फ्लोट्स म्हणजे मोठ्या आकारांच्या प्रतिकृती ठेवल्या जातात आणि त्यांची मिरवणूक काढली जाते. सजावट केलेल्या गोष्टींची प्रथा साधारणपणे १७५ वर्षे जुनी आहे. त्यावेळी, सिओलिम येथील परेरा वाड्यातल्या सेंट जॉन यांच्या चॅपलला भेट देण्यासाठी आजूबाजूच्या गावातले लोक बोटीने सिओलिम येथे येत असत. चॅपल म्हणजे लहानसे चर्च. सिओलिम या गावास कोकणी भाषेत शिवोली असे

म्हटले जाते. पोर्तुगीज भाषेत अनेक शब्दांच्या शेवटी म हे अक्षर जोडले जाते. त्यामुळे गोव्यात अजून देखील बऱ्याच गावांच्या नावांच्या शेवटी म असे अक्षर येते. उदाहरणार्थ पंजिम, सिओलिम, बोरीम, बांबोलीम, डॅबोलीम या गावांची कोकणी नावे अनुक्रमे पणजी, शिवोली, बोरी, बांबोळी, दाबोळी अशी आहेत. अशी 'म' युक्त नावांची शेकडो गावे गोव्यात आहेत. असो.

या सांजावचे आणखी एक अंग म्हणजे नवविवाहित किंवा ज्यांना नुकतीच संतती प्राप्ती झाली आहे, अशा जोडप्यांना घरी जाऊन शुभेच्छा दिल्या जातात. असा या सांजावला एक कौटुंबिक टच देखील आहे. सांजावच्या दिवशी कॅथॉलिक जावई बापूंना सासुरवाडीकडून वोजेम धाडली जाते. वोजेम म्हणजे स्थानिक फळे, खोबऱ्यापासून बनविलेल्या मिठाया आणि फेणीची बाटली भरलेली एक बास्केट.

गोव्यामध्ये तसे पाहता ऑक्टोबर ते फेब्रुवारी या पाच महिन्यांमध्ये सर्वात जास्त पर्यटक असतात. परदेशीदेखील आणि भारतीयदेखील. साधारणपणे मार्चपासून पर्यटकांची संख्या जून पर्यंत घटत जाते. जून, जुलै, ऑगस्ट, सप्टेंबर हे चार महिने गोव्यामध्ये धुवांधार पाऊस असतो. तरीही काही पर्यटक पावसाची गंमत घेण्यासाठी म्हणून खासकरून गोव्यात येतात. त्यात महाराष्ट्रातली अतिउत्साही मंडळी अर्थातच जास्त असतात. तथापि, सांगावयाचा मुद्दा असा, की जून महिन्यात गोवा पर्यटन केल्यास २४ जूनचा सांजावचा सण बघण्याची संधी मिळते. संपूर्ण गोवा राज्य म्हणजे आधीच उत्साहाचा सळसळता धबधबा. त्यात जून मधला कुमारावस्थेतला हा ढगेरी बरसावा. म्हणजे आधीच हौस त्यात पाऊस. आणि मग ह्या जूनच्या अखेरीस २४ जूनला गोव्यातली संपूर्ण कॅथॉलिक मंडळी हा सांजाव अशा पद्धतीने साजरा करतात, की बघणाऱ्यांच्या डोळ्याचे पारणे फिटते. दुसऱ्या दिवशी वर्तमानपत्रांमध्ये सांजावच्या मिरवणुका, सजवलेल्या बुटी, पशुपक्ष्यांचे फ्लोट्स, आणि टिआरा घातलेल्या स्त्रिया आणि मुली आणि एकंदरीतच संपूर्ण रंगीबेरंगी गोव्याचे फोटो जेव्हा प्रसिद्ध होतात तेव्हा समजते की गोव्यातला सांजाव म्हणजे काय चीज आहे. तेव्हा, एन्जॉय गोवा, एन्जॉय द सांजाव!

◆

गोव्यातला नाताळ...

‘जिंगल बेल्स जिंगल बेल्स,
जिंगल ऑल द वे,
ओ व्हॉट फन, इट इज टू राईड,
इन ए वन-हॉर्स ओपन स्ले.’

सारा आसमंत डिसेंबर महिन्यात दुमदुमून जातो नाताळाची खणखणीत वर्दी देणाऱ्या जेम्स पिअरपाँटच्या या अजरामर गीताने आणि मग अख्ख्या गोव्यात अतिशय थाटात आगमन होते अतिभव्य अशा ख्रिसमसचे!

भारतात इतरत्र ‘दिवाळीचा सण मोठा, नाही आनंदाला तोटा’ असे आहे. गोव्यात ‘नाताळचा सण मोठा, नाही आनंदाला तोटा’ अशी परिस्थिती असते. ऑक्टोबरपासून फेब्रुवारीपर्यंत सर्वात जास्त पर्यटकांचा गोव्याकडे ओढा असतो. परंतु माझ्या मते या पाच महिन्यांपैकी जास्तीत जास्त पर्यटक येतात आणि मुक्काम ठोकून असतात ते डिसेंबर महिन्यात. याचे कारण असे असावे, की ३ डिसेंबर रोजी सेंट फ्रान्सिसची फीस्ट, ८ डिसेंबर रोजी मदर मेरी फीस्ट, १९ डिसेंबरला गोवा मुक्ती दिन, पुढे २५ डिसेंबर रोजी ख्रिसमस. आणि मग ३१ डिसेंबर! असा संपूर्ण डिसेंबर महिना गोव्यात उत्साहाने अगदी रसरसलेला असतो. गोव्यातला नाताळ २४ डिसेंबरच्या रात्री सुरू होऊन जवळपास ६ जानेवारी पर्यंत, असा तब्बल बारा दिवस चालू असतो. हा नाताळ जरी २४ डिसेंबर रोजी सुरू होत असला तरी त्याची चाहूल डिसेंबर लागल्याबरोबर जाणवू लागते.

डिसेंबरमध्ये गोव्याची हवा काही औरच असते. गोव्यामध्ये वर्षभर सर्वसाधारणपणे उबदार हवामान असते. याचे कारण भला मोठा समुद्रकिनारा

आणि जिकडे तिकडे पाणीच पाणी. त्यात मांडवी आणि झुआरी या महाप्रचंड अशा दोन नद्या. त्यामुळे गोव्याच्या हवेत बाष्प फार असते. जवळपास वर्षभरच. त्यात डिसेंबर महिन्यात हे बाष्प थोडे कमी असते. त्यामुळे थंडीला वाव मिळतो. म्हणून डिसेंबर हा गोव्यातला पर्यटकांचा सर्वात आवडता महिना. डिसेंबरमध्ये गोव्यातले वातावरण अत्यंत आल्हाददायक असे असते. अगदी स्वेटर घालावे इतकी थंडी गोव्यात कधीच नसते. पण डिसेंबरमध्ये थंडी थोडीफार खुणावत असते, असे म्हणता येईल. थंडीचा किंचितसा स्पर्श होत असतो. पहाटेच्या वेळी तर अत्यंत सुंदर वातावरण असते. ज्याने डिसेंबरच्या महिन्यातल्या एखाद्या पहाटमोडणीला मांडवीचे दर्शन घेतले तर त्याने जणू स्वर्ग पाहिला! मांडवीचे अतिविशाल नदीपात्र, त्यावरील दोरखंडांचा नवा अटल सेतू, शहराला खेटून खेटून जाणारा नदीकिनारा, पाण्यावर तरंगणाऱ्या बारीक-बारीक होड्या, काही भलीमोठी जहाजे आणि या सर्व कॅनव्हासवर उतरलेले धुंदुसलेले धुके. हे दृश्य नुसते बघत राहणे हा सुद्धा एक मोठा निसर्गानंद असतो. असो.

ख्रिसमस या शब्दाचा अर्थच मुळी येशू ख्रिस्ताचा जन्मोत्सव असा आहे. हिंदूंसाठी जशी गोकुळाष्टमी तसा ख्रिश्चनांसाठी ख्रिसमस! जुन्या इंग्रजीमध्ये त्याचे स्पेलिंग Cristemasse असे होते. त्याची फोड Criste-masse अशी आहे. इंग्रजीमध्ये Christmas या शब्दाचा विग्रह समास Christ Mass असा आहे. पुढे त्याची संधी होऊन Christmas हा शब्द प्रचलित झाला.

ख्रिसमसच्या सुटीपेक्षा नाताळची सुटी, असे लहानपणापासून कानावर पडलेले असते. तेव्हा ख्रिसमसला नाताळ का म्हणतात, हा प्रश्न पडतो. अर्थात याचे उत्तर अगदी सोपे आहे. ख्रिसमस या शब्दाला पोर्तुगीज भाषेत नाताळ म्हणतात! नाताळ हा अगदी मराठी शब्द वाटतो. नाताळ या शब्दाचा आणखी एक मजेदार भौगोलिक संदर्भ आहे. पोर्तुगीज खलाशी वास्को द गामा भारताच्या वाटेवर असताना त्याचे जहाज आफ्रिकेतल्या एका भूप्रदेशाला टेकले. तो दिवस होता ख्रिसमसचा. २५ डिसेंबर १४९७. म्हणून आफ्रिकेतल्या त्या भूप्रदेशालाच नाव देण्यात आले नाताळ! असो. गोव्यावर सुमारे साडेचारशे वर्षे पोर्तुगीज सत्ता होती. म्हणून इथल्या ख्रिसमसला नाताळ असे आपोआपच म्हटले जाऊ

लागले आणि मग पुढे संपूर्ण भारतात तो शब्द अगदी प्रचलित होऊन बसला. असो.

अशा या आल्हाददायक वातावरणात नाताळची चाहूल लागते ती ॲडव्हेंटच्या चार रविवारांपैकी पहिला ॲडव्हेंट संडे आल्यावर. ॲडव्हेंट म्हणजे येशूच्या जन्माची चाहूल. पुढे आठ डिसेंबरच्या मदर मेरीच्या फीस्ट नंतर आणखी जोर वाढतो. ८ डिसेंबरची ही मदर मेरीची फीस्ट संपूर्ण गोव्यात प्रचंड उत्साहात साजरी होत असते. सर्वात मोठा उत्सव पणजीतल्या मुख्य म्हणजे 'अवर लेडी ऑफ इमॅक्युलेट कन्सेप्शन' चर्चमध्ये होत असतो. ८ डिसेंबरला अडव्हेंट संडे आल्यास ही फीस्ट नऊ डिसेंबरला साजरी केली जाते. प्रत्येक चर्च मधून प्रार्थना होत असतात. चर्चेच्या परिसरात लहान-मोठ्या जत्रा भरलेल्या असतात. आणि त्याच वेळी सर्वत्र दुकानादुकानांमध्ये ख्रिसमस साजरा करण्याचे साहित्य ओसंडून वाहू लागते. एकदा हे साहित्य दृष्टीस पडू लागले की गोव्यातल्या ख्रिसमसची पहिली चाहूल लागते.

त्यात हिरवेकंच ख्रिसमस ट्री आणि लालचुटुक अंगरख्यातला सांताक्लॉज यांचे जागोजागी दुकानांमधून दर्शन घडू लागते आणि वातावरणाला आणखी रंग चढतो. अगदी दोन-तीन इंचाच्या ख्रिसमस ट्रीपासून ते अगदी सात-आठ फूट उंच ख्रिसमस ट्री दुकानांमध्ये विक्रीस उपलब्ध असतात. तसेच लालचुटूक अंगरखा आणि पांढऱ्या किनारीची लालचुटूक गोंडेदार टोपी घालून दुकान दुकानांमधून सांताक्लॉज आपल्याला खुणावू लागतो. लहान मुलांमध्ये सांताक्लॉजची जबरदस्त क्रेझ. संपूर्ण डिसेंबर महिन्यात लहान मुले स्वप्नाळू होऊन जातात. यंदाच्या ख्रिसमसच्या रात्री सांता माझ्या सॉक्समध्ये काहीतरी मस्त खेळणी ठेवून जाईल, या विचारात ते रममाण झालेले असतात. आणि आपल्या लहानग्यास यंदा सांताक्लॉजने कोणती खेळणी द्यावी या विचाराचा मधुर आनंद पालक घेत असतात. ख्रिसमस ट्री आणि सांताक्लॉज एवढ्यावरच भागत नाही. ख्रिसमस ट्री ची सजावट केली जाते ती विविध प्रकारच्या गिफ्ट्स ख्रिसमस ट्री वर टांगून. ख्रिसमस बेल्स, छोटी छोटी आकर्षक गिफ्ट बॉक्सेस, शिंग असलेले हरीण, हिरव्यागार चमकदार रंगांच्या टिन्सल्स् म्हणजे झिरमाळ्या, विविध रंगांचे चमकणारे चेंडू, चंदेरी आणि सोनेरी हार, बेथलहेम ताऱ्याच्या छोट्या-छोट्या प्रतिकृती,

रंगीबेरंगी चकचकीत रिबन्स, यांची सर्वत्र रेलचेल असते. ख्रिसमस ट्री ला विविधरंगी उघडझाप होणारी लाइटिंगची माळ देखील लगडवलेली असते. ख्रिसमस सीझनमध्ये गडद हिरवा, बर्फाळ पांढरा आणि चुटचुटीत लाल हे रंग पूर्वापारपणे भाव खाऊन जातात.

ह्या ख्रिसमस ट्रीचा नाताळ मधील शिरकाव मोठा रंजक आहे. ख्रिसमस ट्री ही संज्ञा सर्वप्रथम इंग्लिश भाषेत वापरली गेली ती १५३५ साली. परंतु ख्रिसमस ट्रीचा नाताळ मधील वापर सुरू झाला तो जर्मनीमध्ये. नंतर तो जर्मनी मधून इंग्लंडमध्ये आला आणि संपूर्ण जगभर पसरला. १५३९ साली जर्मनीमधील स्ट्रॉसबर्ग येथील कॅथेड्रलमध्ये एक ख्रिसमस ट्री सर्वप्रथम ठेवला गेल्याचा इतिहास दिसून येतो. गंमत म्हणजे तो ख्रिसमस ट्री मार्टिन बुसर या प्रॉटेस्टंट सुधारणावाद्याच्या पुढाकाराने ठेवला गेला होता. तथापि पुढे कालांतराने कॅथॉलिक लोक देखील ख्रिसमस ट्रीला महत्त्व देऊ लागले. त्यानंतर हळूहळू अमेरिकेमध्ये ख्रिसमस ट्रीचा प्रसार आणि आवड निर्माण झाली. ख्रिसमस ट्री च्या अगदी शिरोभागी एका चांदणीची प्रतिकृती ठेवण्याची प्रथा सुरू झाली. ही चांदणी म्हणजे बेथलहेम येथे येशू ख्रिस्ताच्या जन्माच्या वेळी आकाशात दिसलेल्या भव्य ताऱ्याचे प्रतिक होय! त्यानंतर ख्रिसमस ट्रीच्या चांदणीच्या प्रतिकृती खाली एका देवदूताची योजना होऊ लागली. समोरून बघितल्यास ख्रिसमस ट्रीचा आकार द्विमितीत त्रिकोणी भासतो. ख्रिश्चन धर्मातली ट्रिनिटी अर्थात त्रिसूत्रीचे ते प्रतीक मानले जाऊ लागले.

गोव्यामध्ये ख्रिसमस ट्री इतक्या सुंदर पद्धतीने सजविले जातात की ते अत्यंत आकर्षक आणि चित्तवेधक असे दिसू लागतात. घराच्या बगिच्यात खरेखुरे ख्रिसमस ट्री असले तर चेरीहून लाल (सोन्याहून पिवळे फार म्हणून झाले आता). मग त्या खऱ्या ख्रिसमस ट्रीला संपूर्ण डेकोरेशन केले जाते. पूर्ण बारा दिवस त्या झाडाचा तोरा चांगलाच वाढलेला असतो. ज्यांच्याकडे ख्रिसमस ट्रीचे खरे झाड नाही, ते दुकानातून कृत्रिम ख्रिसमस ट्री घेऊन येतात आणि त्याला सजावट करतात. दुकानात विकत मिळणाऱ्या या कृत्रिम ख्रिसमस ट्रीची उंची दोन-तीन इंचांपासून ते चांगली सहा-सात फुटापर्यंत देखील असते. विमानतळ किंवा मॉल्स मध्ये तर अगदी पंधरा-वीस फूट उंचीचे

ख्रिसमस ट्री मांडले जातात. हिरव्याकंच रंगाच्या ख्रिसमस ट्रीवर विविध रंगांच्या बेल्स, रिबन्स, छोट्या छोट्या भेटवस्तूंची खेळण्यातली बॉक्सेस तसेच चंदेरी आणि सोनेरी तारे, रंगीबेरंगी उघडझाप होणारी दिवेमाळ या सर्वांचा साज चढविला जातो. लहान मुलांपासून ते वृद्धांपर्यंत सर्वजण ख्रिसमस ट्रीच्या सजावटीमध्ये रममाण होऊन गेलेले असतात. ख्रिसमसमध्ये बेल्सचे म्हणजे घंटांचे फार महत्त्व असते. घंटानाद सुवार्ता दर्शवितो अशी त्यामागची कल्पना आहे. येशूचा पृथ्वीतलावरील जन्म ही सर्वात मोठी सुवार्ता म्हणजे गुड न्यूज होती, अशी ख्रिस्ती लोकांची श्रद्धा आहे.

नाताळमध्ये विविध प्रकारच्या सजावटीमध्ये अग्रक्रम लागतो तो येशूच्या जन्मस्थळाचा, अर्थात जिथे येशूचा जन्म झाला ती जागा आणि आजूबाजूचा परिसर यांच्या देखाव्यांचा. येशू ख्रिस्ताचा जन्म झाला होता गोठ्याच्या गव्हाणीत. अशा प्रकारच्या देखाव्यास क्रिब म्हटले जाते. क्रिब-मेकिंगच्या देखील जागोजागी स्पर्धा असतात. एखादे झोपडीवजा घर, त्याला वाळलेल्या काडी-चाऱ्याचे छप्पर, मातीच्या भिंती, पुढे थोडेफार उंचसखल मातकट अंगण, त्यास इवलेसे कुंपण, या कुंपणात बकऱ्या-मेंढ्या, गुरे बागडत आहेत, येशूच्या जन्मानंतर काही मेंढपाळ लगबगीने त्या गव्हाणीकडे येत आहेत, आकाशातून आशीर्वाद देणारे देवदूत, वर कुठेतरी आकाशात तो झगमगता तारा भासावा असा एखादा चांदणीच्या आकाराचा दिवा या संपूर्ण देखाव्यावर सोडलेला आणि सर्वात महत्त्वाचे म्हणजे जोसेफ, मेरी आणि बाळ येशू ही होली फॅमिली. ख्रिसमसमध्ये चांदणीचे फार महत्त्व. त्यामुळे गोव्यात स्टार-मेकिंग नावाची देखील स्पर्धा असते. एकंदरीत असा या देखाव्याचा साज असतो. या अशा वातावरणात प्रेषित येशूचा जन्म झाला होता. जन्म झाल्यावर येशूने त्याचे पहिले दर्शन गरीब मेंढपाळांना दिले. गोव्यामध्ये प्रत्येक चर्चमध्ये, घराघरांमध्ये आणि घरांच्या अंगणांमध्ये हे क्रिबचे अत्यंत लोभस असे देखावे पाहावयास मिळतात.

या क्रिबच्या देखाव्याचा इतिहास देखील मोठा रंजक आहे. एकदा धर्मगुरु सेंट फ्रान्सिस ऑफ असिसी मध्य इटलीच्या दौऱ्यावर होते. ही गोष्ट आहे डिसेंबर १२२३ मधली. एका ग्रेशिओ गावी पोप १० डिसेंबर रोजी आले. त्यांनी अनुयायांना सांगितले, येशूच्या जन्माच्या वेळच्या

परिस्थितीचे मला मनन करावयाचे आहे, काहीतरी करा. अनुयायांनी पुढच्या १४ दिवसात अगदी सुरेख असा नेटीव्हिटी सीन तयार केला. तो जगातला सर्वात पहिला नेटीव्हिटी सीन म्हणजे क्रिब. पुढच्या शंभर वर्षांत जवळपास सगळ्या चर्चेस मध्ये ख्रिसमसच्या काळात हे क्रिबचे देखावे उभारले जाऊ लागले.

ख्रिसमसच्या सीझनमध्ये मेणबत्तीचे प्रस्थ आणखी वाढते. वेगवेगळ्या आकाराच्या, वेगवेगळ्या प्रकारच्या आणि वेगवेगळ्या रंगांच्या मेणबत्त्या बाजारात उपलब्ध होत असतात. संपूर्ण वर्षभर गोव्यामध्ये मेणबत्यांना भरपूर मागणी असते. परंतु डिसेंबर महिन्यात त्या मागणीचा उच्चांक असतो. अनेक लोकांच्या घरांमध्ये किंवा प्रार्थनेसाठी चर्चमध्ये मेणबत्त्या घेऊन जात असतात. या मेणबत्त्या विशेषतः सुगंधित अशा असतात. त्यामुळे मी बघितले, गोव्यात दिवाळीत हिंदू लोक देखील सुगंधित मेणाच्या दिव्यांचा किंवा पणत्यांचा वापर करतात.

गोव्यात ख्रिसमसच्या काळात आणखी एक आवर्जून हजेरी लावावा आणि याची देही याची डोळा अनुभवावा असा कार्यक्रम म्हणजे मिडनाइट मास. गोव्यामध्ये सुमारे चारशेच्यावर चर्चेस आहेत. प्रत्येक चर्चमध्ये मिडनाइट मास असते. चर्चेसच्या आवारात लोक जमतात. ख्रिसमसच्या अगोदरच्या दिवसाला ख्रिसमस ईव्ह असे म्हटले जाते. रात्री दहाच्या सुमारास ही मिडनाइट मास सुरू होते. जवळपास अडीच तास ही मास म्हणजे प्रार्थना सुरू असते.

दरवर्षी २४ डिसेंबर २०१८ च्या रात्री म्हणजे ख्रिसमसच्या आदल्या रात्री पणजीच्या डॉन बॉस्को हायस्कूलमध्ये मिडनाईट मास आयोजित केली जाते, तीस गेलो होतो. जवळपास दोन-अडीच तास तो प्रार्थना सोहळा चालू होता. लोक अत्यंत शांतपणे बसलेले होते. कुठे बेशिस्त नाही की कुठे गोंधळ नाही. येशू ख्रिस्ताच्या आगमनाचे जंगी स्वागत या प्रार्थने दरम्यान केले जाते. त्यामुळे या मिडनाइट मासचे महत्त्व काही औरच असे असते. या मासच्या वेळी जो प्रमुख पाद्री अर्थात धर्मगुरू असतो त्यास सेलिब्रंट असे म्हटले जाते. पाद्री हा पोर्तुगीज शब्द आहे. येशु जन्मावर ते पाद्री प्रवचन देत असतात. ते प्रवचन अगदी श्रवणीय आणि उद्बोधक असते. त्यातून बराच बोध घेता येतो. मला आठवते, त्यावेळी तिथे उपस्थित असलेल्या प्रमुख धर्मगुरूने

अत्यंत अस्खलित, सुस्पष्ट इंग्रजी भाषेतल्या त्याच्या संदेशात सांगितले होते की येशूने पहिले दर्शन दिले ते गरीब मेंढपाळांना. याचा अर्थ, ईश्वर सर्वप्रथम कृपादृष्टी ठेवत असतो तो गरीब आणि दुर्बल घटकांवर. आपणा सर्वांचा जन्म इतरांची सेवा करण्यासाठी झालेला आहे, त्यासाठी आपण सर्वजण येशू ख्रिस्त व्हायला हवे आणि आपण येशू ख्रिस्तच आहोत असे मानायला हवे. येशूच्या जन्माचे अशा प्रकारचे विश्लेषण मला फार आवडले होते. आणि ते खरेच आहे. त्याबद्दल दुमत नाही.

बरे, या प्रार्थनेसाठी जे कॅथॉलिक स्त्री, पुरुष आणि बालके येतात, त्यांची वेशभूषा ही औपचारिक अशी असते. जीन्स, टी-शर्ट किंवा इतर वेंगाळ वेष परिधान करून कोणीही या प्रार्थनेसाठी येत नाही. स्त्रिया त्यांना साजेशी वेशभूषा करून येतात. पुरुष साधारणपणे एखाद्या गडद रंगाचा किंवा सरसकट काळ्या रंगाचा कोट घालून येतात. लहान बालकांना देखील प्रार्थनेला अनुरूप असा पोषाख घातला जातो. एकंदरीत प्रार्थनेचे पावित्र्य टिकवून ठेवले जाते. सर्वांना बसण्यासाठी खुर्च्यांची व्यवस्था असते. स्टेजवरून संपूर्ण येशू-साधना चालू असताना लोक अत्यंत शांतपणे प्रवचन ऐकत असतात. कुठे गडबड नाही. कुठे गोंधळ नाही. सर्वकाही अत्यंत शिस्तबद्ध. अखेरीस, सामूहिक प्रार्थना केली जाते. इतकावेळ शांतपणे बसलेले लोक मग उभे राहतात आणि सामूहिक प्रार्थना म्हणू लागतात. त्यावेळी वातावरण भारून गेलेले असते. संपूर्ण आसमंतात सामूहिक प्रार्थनेचे स्वर तालासुरात घुमत असतात. हिंदूंच्या आरत्यांमध्ये जी जादू असते अगदी तशीच जादू या सामूहिक प्रार्थनेमध्ये असते. याचा प्रत्यक्ष अनुभव मी स्वतः घेतलेला आहे म्हणून अधिकारवाणीने सांगू शकतो. तेव्हा, २४-२५ डिसेंबरच्या आसपास गोव्यात असल्यास ख्रिसमसच्या आदल्या रात्रीची ही मिडनाइट प्रेयर जरूर अनुभवावी.

ख्रिसमस कॅरल्स! म्हणजे ख्रिसमसच्या वेळी म्हटली जाणारी विविध प्रकारची तालबद्ध गाणी. ख्रिसमसची रंगत खऱ्या अर्थाने वाढवितात ती म्हणजे ख्रिसमस कॅरल्स. किंबहुना ख्रिसमस कॅरल्स विना ख्रिसमस ही कल्पना देखील करवत नाही. इंटरनेटवर अत्यंत मधुर अशी ख्रिसमस कॅरल्स उपलब्ध आहेत. गोव्यामध्ये ख्रिसमस कॅरल्सच्या स्पर्धा होत असतात. त्या स्पर्धांना वृत्तपत्रांमधून अगोदर भरपूर प्रसिद्धी दिली जाते.

कॅरल सिंगिंग कॉम्पिटिशन असे या स्पर्धेचे नाव असते. गोव्यातल्या सर्व भागांत या स्पर्धा होत असतात. ऑक्टोबर आणि नोव्हेंबर महिन्यात युरोपात एका पारंपरिक वादाला तोंड फुटते असे गंमतीने म्हटले जाते. तो वाद म्हणजे ख्रिसमसची सुरुवात नेमकी कोठून मानावयाची. त्याचे गंमतीशीर उत्तर दिले जाते, रेडिओवरतीही ख्रिसमस कॅरल्स ऐकू येऊ लागल्यावर! इतके या ख्रिसमस कॅरल्सचे माहात्म्य आहे.

खरे पाहता ही कॅरल्स पाश्चात्य देशांमध्ये हजारो वर्षांपासून गायली जात होती. त्यांचा ख्रिसमसमध्ये कसा सहभाग झाला हे पाहणे फार मनोरंजक आहे. अगदी पूर्वी या कॅरल्सचा आणि ख्रिसमसचा तसा काही संबंध नव्हता. पाश्चात्य देशांमध्ये हिवाळा अत्यंत कडाक्याचा असतो. जागोजागी बर्फ पडत असतो. घरांमध्ये अग्नी पेटवून उब निर्माण केली जात असते. तेव्हा, पूर्वी हा हिवाळा 'साजरा' करण्यासाठी म्हणून कॅरल्स रचली जात असत. ही सर्व कॅरल्स त्यावेळी लॅटिन भाषेत असत. पुढे त्यांची इंग्रजीमध्ये भाषांतरे करण्यात आली. काही नवीन रचना इंग्रजीमध्ये लिहिल्या गेल्या. हळूहळू, ही गाणी हिवाळ्यासाठी होती आणि ख्रिसमस देखील असतो हिवाळ्यातच, हा योगायोग साधला जाऊन पुढे ही कॅरल्स ख्रिसमस कॅरल्स होऊन बसली. ख्रिसमसला फ्रेंच भाषेत नोएल असे म्हटले जाते. त्यामुळे या गाण्यांना 'नोएल साँग्स' असेदेखील म्हटले जाते. तेराव्या शतकापर्यंत ख्रिसमस कॅरल्सचा प्रभाव कमीकमी होत चालला होता. मात्र, तेराव्या शतकात सेंट फ्रान्सिस ऑफ असिसी या संतामुळे ख्रिसमस कॅरल्सना ऊर्जितावस्था प्राप्त झाली ती मात्र आजतागायत टिकून आहे. क्राइस्ट वॉज बॉर्न ऑन क्रिसमस डे, गुड ख्रिश्चन मेन, रिजॉईस, गॉड रेस्ट ये मेरी, जेंटलमेन, द फर्स्ट नोएल, आय सॉ थ्री शिप्स, इट केम अपॉन द मिडनाइट क्लियर ही काही सुप्रसिद्ध ख्रिसमस कॅरल्स आहेत.

ख्रिसमसमध्ये जिंगल बेल्स, जिंगल बेल्सचे स्थान मात्र अगदी ध्रुवताऱ्यासारखे अढळ. सन १८५७ मध्ये जेम्स पिअरपाँट या अमेरिकन कवीने रचलेल्या या गीताने ख्रिसमसचा अख्खा मुडच बदलून टाकला. आता खरे पाहता हे गीत मुळी ख्रिसमससाठी रचलेच गेलेले नव्हते! अमेरिका, कॅनडा आणि काही कॅरिबियन देशांत 'थँक्स गिव्हिंग डे' अर्थात एक कृतज्ञता दिन ऑक्टोबर किंवा नोव्हेंबरमध्ये पाळण्याची

प्रथा आहे. चांगले पीकपाणी आल्यामुळे ईश्वराप्रती किंवा सर्वांप्रती कृतज्ञता व्यक्त करण्याचा हा दिवस असतो. त्या दिवशी सर्वत्र चक्क सुटी असते. तेव्हा, मुळात या थँक्स गिव्हिंग डेसाठी म्हणून रचल्या गेलेल्या आणि ऑक्टोबर वा नोव्हेंबर महिन्यात गायल्या जाणाऱ्या त्या गीताने अलगदपणे डिसेंबरच्या ख्रिसमसच्या भावविश्वात असा काही गोडपणे शिरकाव केला की पुढे ते ख्रिसमस साँग होऊन बसले.

या गीताची जादू अशी की कुठूनही याची पुसटशी धुनदेखील कानावर पडली तरी एखादा बर्फाळ प्रदेश, त्यावर टुमदार घरे, एक घोडा किंवा रेनडियर जुंपलेली स्ले, तिला अनेक किणकिणीत घंटा लगडलेल्या, मुलांना नाताळात खूश करून टाकणारा लालचुटुक अंगरखा आणि गोंडेदार टोपी घातलेला सांताक्लॉज त्या स्लेमध्ये विराजमान, त्याने लहानग्यांच्या मोज्यात गुपचुपपणे ठेवण्यासाठी आणलेली खेळणी..हे दृश्य डोळ्यासमोर तरळल्याशिवाय राहत नाही. बर्फाळ प्रदेशात स्ले किंवा स्लेज हेच बिनचाकी घसरत जाणारे वाहन. बर्फाळ प्रदेशातले एस्किमो लोक इग्लू नावाच्या घरात राहतात आणि अशी स्लेज नावाची गाडी वापरतात असे अगदी लहानपणी शाळेत असताना भुगोलात वाचल्याचे स्मरते. या स्लेला पुढच्या बाजूने एक रेनडियर किंवा रेनडियरची जोडी जुंपलेली असते. रेनडियर हा बर्फाळ प्रदेशातला साधारणपणे शिंगाळ काळवीटासारखा प्राणी. रेनडियर, स्ले आणि सांताक्लॉज या त्रिसूत्रीमुळे ख्रिसमसच्या प्रतिकामध्ये रेनडियरला मानाचे स्थान मिळून गेले आहे. रेनडियरच्या अगदी दोन इंचापासून ते चांगल्या चार-पाच फुटांच्या प्रतिकृती बाजारात उपलब्ध होत असतात.

ख्रिसमसच्या दिवसांत आणखी एक गोष्ट प्रामुख्याने ठिकठिकाणी दिसून येते ती म्हणजे स्नोमॅन. हा स्नोमॅन म्हणजे टोपी घातलेला बुटका, उभासा, पोटफुगीर पक्षी जो पांढऱ्याशुभ्र रंगाचा असतो. आता तसे पाहता या स्नोमॅनचा ख्रिसमसशी परस्पर संबंध काहीच नाही. तसेच तो या ख्रिसमसच्या डेकोरेशनात कोठून आला याबाबत एकवाक्यता नाही. साधारणपणे पटू शकेल असे कारण असे दिसते, की हा स्नोमॅन ख्रिसमसच्या वेळच्या बर्फवृष्टीचे केवळ प्रतीक आहे. आणि हा स्नोमॅन डेकोरेशनात ठेवला की बर्फ, खूप थंडी असे ख्रिसमसच्या वेळचे वातावरण मनात नक्कीच तयार करतो. हेच त्याचे प्रयोजन.

गोव्यात ख्रिसमसच्या सीझनला रात्रीच्या वेळी आणखी झगमगाट येतो तो आकाशदिवे किंवा आकाशकंदिलांमुळे. दिवाळीच्या वेळी जसे हिंदूंच्या घराघरांवर आकाशकंदील लावले जातात तसेच ख्रिसमसच्या दिवसांत घराघरांवर, उपाहारगृहांवर आणि चर्चेसवर हौसेने आकाशकंदील लावले जातात. फरक एवढाच की दिवाळीतले आकाशकंदील विविध आकाराचे असतात; परंतु ख्रिसमसचे आकाशकंदील हे फक्त चांदणीच्या आकाराचे असतात. येशू ख्रिस्ताच्या जन्माच्या वेळी आकाशात जो तेजस्वी तारा विद्यमान होता त्याचे प्रतीक म्हणून हे आकाशकंदील झळकवले जातात. त्यामुळे ते चांदणीच्या आकाराचेच असतात. सर्वसाधारणपणे दहा डिसेंबरपासूनच ख्रिसमसच्या इतर साहित्याबरोबर आकाशकंदील देखील बाजारात भाव खात लटकलेले असतात. हे आकाशकंदील जागोजागी लावले जात असल्याने संपूर्ण गोवा रात्रीच्या वेळी जणू झगमगून निघतो. रात्री जर कोणी विमानातून किंवा एखाद्या उंच ठिकाणावरून नजर खिळवल्यास सारे तारांगण धरतीवर अवतीर्ण झाल्यासमान वाटते. रस्त्याच्या कडेवर असलेल्या काही घरांवर आणि हॉटेल्सवर अक्षरशः दहा-दहा, वीस-वीस किंवा त्याहीपेक्षा जास्त आकाशकंदील लावलेले दिसून येतात. चांदण्यांचा हा चमचमाट आणि झगमगाट बघून गोव्यातला ख्रिसमस म्हणजे काय आहे हे कळते!

ख्रिसमसच्या दिवशी गोव्यामध्ये आतषबाजी केली जाते. ती अत्यंत चित्तवेधक असते. इतक्या विविध प्रकारची, रंगीबेरंगी आणि आकर्षक आतषबाजी केली जाते की डोळ्यांचे पारणे फिटावे. जुन्या गोव्यामध्ये चर्चेसची संख्या जास्त असल्याने तिथे अर्थातच आतषबाजीही सर्वात जास्त असते. तसेच अनेक बीचेसवरती देखील तुफान आतषबाजी केली जाते. ही आतषबाजी बघण्यासाठी हजारो पर्यटक रात्रीच्या वेळी गर्दी करून असतात.

ख्रिसमसच्या काळात सर्व चर्चेसची जी सजावट केली जाते तिला तोड नाही. साधारणपणे जुन्या गोव्यातल्या चर्चेसमध्ये जास्त झगमगाट असतो. गोव्यातले किनारे दिवसा आणि चर्चेस रात्री बघावीत. धीरगंभीर अंधाराच्या पार्श्वभूमीवर विद्युत रोषणाईमुळे पांढरेशुभ्र चर्चेस् अक्षरशः असे उठून दिसतात की जणू बघतच बसावे. विशेषतः ख्रिसमसच्या काळात जुन्या गोव्यातल्या सेंट फ्रान्सिस ऑफ आसिसीचे चर्च प्रमुख

आकर्षण केंद्र बनून बसते. अगोदर उल्लेख आलेला आहे, तेराव्या शतकात फ्रान्सिस ऑफ असिसी या संतामुळे ख्रिसमस कॅरल्सना ऊर्जितावस्था प्राप्त झाली होती. म्हणून त्या चर्चची सजावट विशेष अशी असते. तसेच, या काळात ओल्ड गोवा चर्च, अवर लेडी ऑफ इमॅक्यूलेट कन्सेप्शन चर्च अर्थात पणजी शहराच्या मध्यवर्ती स्थित असलेले अतिभव्य, सुप्रसिद्ध पंजिम चर्च आणि सेंट कॅटेजन चर्च तर अक्षरशः बघण्यासारखे असतात. पंजिम चर्च तर केवळ रात्रीच बघावा. त्यावर सोडलेल्या विद्युत झोतांमुळे तो कायमस्वरूपी लक्षात राहतो.

दिवाळीत जशी हिंदू खवय्यांची मजा असते तशी ख्रिसमसमध्ये कॅथॉलिक खवय्यांची मजा असते. ख्रिसमस केक, अलाहाबादी केक, मठरी, गुलाबजाम, पेढे, जिलेबी, विविध हलवे, बर्फी, अनेक प्रकारच्या तांदळाच्या खीरी, खोबऱ्याच्या अनेक मिठाया, विविध प्रकारचे केक्स, पेस्ट्रीज, चॉकलेट्स, बेबिन्का नावाचे डेझर्ट; हे आणि असे अनेक प्रकारचे गोडधोड पदार्थ आणि मिठाया खवय्यांची पोटपुजा घडवून आणत असतात.

ख्रिसमसनिमित्त एकमेकांना भेटवस्तू देण्याची प्रथा आहे. कॅथॉलिक लोक एकमेकांना भेटायला जातात, भेट वस्तूंचे आदानप्रदान करतात. मिठाईचे बॉक्स दिले-घेतले जातात. ख्रिसमसच्या काळात आणखी एक प्रथा पाळली जाते. एखाद्याचे घरात कुणी ख्रिस्तवासी झाल्यास किंवा कोणाचे घरी इतर काही दुःख असल्यास अशा घरी आप्तस्नेह्यांकडून कंसोडा धाडला जातो. हा कंसोडा म्हणजे आपल्याकडे जसे दिवाळीचे फराळाचे पदार्थ पाठवले जातात तसेच ख्रिसमसमध्येही फराळाचे पदार्थ त्या दुःखी घरी पाठवणे.

कंसोडा हा पोर्तुगीज शब्द आहे. त्याचे नाते इंग्रजीतल्या कन्सोल या शब्दाशी आहे. एखाद्याचे सांत्वन करणे असा त्याचा ध्वनीतार्थ आहे. ही प्रथा फक्त गोव्यातल्या कॅथलिकांमध्येच आहे. जगात इतरत्र कोठेही नाही, अशी माहिती एकाने दिली. पुढे आणखी संशोधन केले तर दिसून आले, की ही प्रथा पोर्तुगीज येण्यापूर्वी खरे पाहता गोव्यातल्या ब्राह्मणांमध्ये अगोदरच प्रचलित होती. त्यामुळे ती धर्मांतरित कॅथलिकांमध्ये येणे अगदी साहजिकच होते. म्हणजे या प्रथेचा आणि कोणत्याही धर्माचा तसा काही संबंध नाही. केवळ माणुसकीचे नाते जपण्यासाठी

म्हणून ही प्रथा अस्तित्वात आली असावी आणि ती आजतागायत टिकून राहिली. ख्रिसमसच्या काळात ही प्रथा लोक अगदी आस्थेने पाळतात. ख्रिसमसच्या काळात असे फराळाचे पदार्थ दुसऱ्या घरी पाठवले, की त्यावेळी त्यास कंसोडा असे म्हणतात, आणि वर्षभरात इतर वेळी असे पदार्थ पाठविले तर त्यास वोजेम असे म्हणतात. वोजेम या शब्दाचा अर्थ मिठाईची बास्केट किंवा ती देणे असा होतो. ख्रिसमस ट्री देखील भेट म्हणून देण्याची प्रथा आहे. मुख्य म्हणजे ख्रिसमसचा कालावधी मेल-मिलापाचा कालावधी म्हणून देखील मानला जातो. बिघडलेले संबंध सुधारण्याची संधी देणारा काळ म्हणूनही तो मानला जातो.

तसेच, आणखी असे आहे पाहा. ख्रिसमसचा समय हा अंतःकरण शुद्धीचा काळ असतो. प्रभुपुत्र येशू आपल्या अंतःकरणात हवा असल्यास आधी अंतःकरण स्वच्छ, शुद्ध हवे. या ख्रिसमसच्या काळात अंतःकरण शुद्धीसाठी प्रार्थना असतात. हातून घडलेल्या पापकृत्यांची कबुली देण्याचा हा काळ. पाप आणि पुण्य उघड केले की दोन्ही नष्ट होतात, अशी जवळपास सर्वच धर्मात मान्यता आहे. म्हणुन, पाप करावे उघड, आणि पुण्य ठेवावे झाकून असे म्हटले जाते.

ख्रिसमस म्हटला म्हणजे मौजमजा. आणि मौजमजा म्हटली म्हणजे डान्स हा आलाच. तर या सीझनमध्ये बॉलरूम डान्स चे 'ख्रिसमस बॉलरूम वर्कशॉप' नावाचे अक्षरशः वर्कशॉप्स गोव्यात घेतले जातात. त्यात च्या च्या, बचाता, जाईव्ह, वॉलत्झ, ग्रँड वॉलत्झ, फॉक्सट्रॉट आणि रुंबा असे डान्सप्रकार शिकवले आणि हौशीने शिकले जातात.

ख्रिसमसच्या अगोदरचे चार रविवार डव्हेंटचे रविवार म्हणून मानले जातात. डव्हेंट म्हणजे आगमन. म्हणजे प्रभुपुत्र येशूच्या आगमनाची चाहूल देणारे हे चार रविवार. या चारही रविवारी चर्चेसमध्ये विशेष प्रार्थनांचे आयोजन केले जाते. प्रत्येक रविवार ख्रिसमसची आठवण करून देत असतो. या चारही रविवारी अडव्हेंट रिथ म्हणजे हिरव्या रंगाची रिंग आणि तिच्या गोलकार काठावर चार ठिकाणी मेणबत्त्या पेटवण्याची प्रथा पाळली जाते. एखादी पाचवी पांढरी मेणबत्ती मध्यभागी लावली जाते. या काठावरच्या चार मेणबत्त्या अडव्हेंटच्या चार रविवारांचे प्रतीक असतात.

वास्तविक पाहता, गोव्यामधील ख्रिसमस सीझन अर्थात नाताळवर पूर्ण लांबीचे पुस्तक लिहिता येईल. परंतु एखाद्याने लांबलचक पुस्तके जरी वाचली तरी गोव्यातला ख्रिसमस समजणार नाही. तो गोव्यामध्ये जाऊनच प्रत्यक्ष अनुभवायला हवा. याची देही याची डोळा पाहावा. विविध प्रकारचे फोटोज काढून त्यांच्या स्मृती जतन करून ठेवाव्या. गोव्यात ख्रिसमसच्या काळात येशू ख्रिस्ताचे जागोजागी दर्शन होते आणि त्याचे अस्तित्व पदोपदी जाणवते असे म्हटले तर अजिबात खोटे ठरणार नाही. ज्ञानेश्वरांनी म्हटले आहे, एक तरी ओवी अनुभवावी. तसे गोव्यातल्या ख्रिसमसबद्दल म्हणता येईल, एक तरी ख्रिसमस गोव्यातला अनुभवावा!

◆

गोव्याचे पर्जन्यसूक्त...

बरसत घन आयो. रंगीलो! गोव्यातला पाऊस म्हणजे अक्षरश: मेघमल्हारी सृष्टीमहोत्सव! ज्याने तो पाहिला नाही त्याने आयुष्य जगलेच नाही, असे म्हटले तर ती अतिशयोक्ती ठरणार नाही. गोवा आणि पाऊस! फार हेवनली कॉम्बिनेशन. गोव्यातला पाऊस म्हणजे एक आनंददायी पर्वणीच. एक भव्य निसर्गयात्रा. एक मोठा पर्यावरण सोहळा. अर्थात बरेच लोक गोव्याच्या पावसाळ्याचा चांगलाच धसका घेतात. त्यामुळे पावसाळ्यात गोव्यात तुलनेने कमी पर्यटक असतात. पण ज्याला गोव्याचे खरे रूप बघावयाचे असेल त्याने गोव्याला भेट द्यावी ती पावसाळ्यात, म्हणजे जून ते सप्टेंबरच्या दरम्यान.

आता खरे पाहता, गोव्यावरचे हे पुस्तक लिहीत असताना मनात जे विषय होते त्या सर्वांवर लिहून झाले होते. परंतु, मनात कुठेतरी अपूर्णतेची भावना होती. वाटत होते, काहीतरी राहून गेले आहे. कोणतातरी विषय आपल्याला खुणावतो आहे, पण तो नेमका कोणता हे समजत नव्हते. एकदा कोणाशी तरी माझ्या एकंदरीत लिखाणाविषयी बोलत होतो. बोलण्याच्या ओघात, पावसाळ्याच्या चार महिन्यात जेवढे लिखाण माझ्याकडून होते तेवढे वर्षातल्या इतर आठ महिन्यात देखील होत नाही, असे अनाहूतपणे माझे तोंडी आले. आणि झाले! तिथेच मला माझ्या प्रश्नाचे उत्तर मिळाले. खरे पाहिले तर एका धो धो पावसातच गोव्यावर पुस्तक लिहावे असे माझ्या मनी प्रकट झाले होते. पण गोव्याच्या पावसावरच लिहावयाचे राहून गेले होते! गोव्यावरच्या या पुस्तकात गोव्याच्या पावसावर लिहिले नाही तर काय लिहिले.

गोव्यातला पाऊस! हाच तो विषय जो मला सारखा खुणावत होता. समजत होता. पण उमजत नव्हता. विषय उमजल्याबरोबर मात्र

मनात मल्हारांचा कल्लोळ सुरू झाला आणि मग काय. जमिनीवर पावसाच्या धारा बरसाव्यात तसे शब्द टिपेच्या सुरात कागदावर बरसू लागले आणि झरझरपणे हे पर्जन्यसूक्त कागदावर उमटत गेले. असे वाटते, या पुस्तकात पावसावर लिहिले नसते तर पुस्तक कोरडेच राहून गेले असते.

गोव्यातला माझा पहिला जून म्हणजे सन २०१८चा जून, मला अजूनही आठवतोय. गोव्यात साधारणतः जूनच्या पहिल्या आठवड्यात मोसमी पाऊस सुरू होत असतो. आणि मग पुढे दुसऱ्या-तिसऱ्या आठवड्यात तो चांगलाच जोर धरू लागतो. एके दिवशी मी कोर्टातून घरी निघालो होतो. तशी दिवसभरात ढगांची जमवाजमव सुरूच होती. वातावरण दिवसभर ढगाळ आणि अंधारलेले होते. सायंकाळी मात्र वातावरण अधिक गडद, गंभीर वाटू लागले होते. अशा वातावरणात मी गाडीत बसलो. घराकडे जाण्यासाठी. गाडी सुरू झाली आणि थोडे अंतर जाते तोच पावसाचे आगमन झाले. बघता बघता पावसाने इतके उग्र रूप धारण केले की माझा तर विश्वासच बसेना. पावसाचे थेंब नव्हे तर अक्षरशः उभं राहून मोजून घ्याव्यात अशा धारा बरसू लागल्या होत्या. हातचं न राखता पाऊस कोसळू लागला. गाडी मंदगतीने घरापाशी आली. मी लगबगीने उतरलो आणि थेट गेलो वरच्या गच्चीत. त्यावेळी मला जे मान्सूनच्या पहिल्या पावसाचे दर्शन घडले ते केवळ अवर्णनीय. गोव्यातल्या पावसाची आणि माझी नंतर चांगलीच गट्टी जमली, हे सांगायची गरज नाही.

तसे पाहता गोव्यात मे महिन्याच्या शेवटच्या आठवड्यात पावसाची नांदी सुरू होते. मे महिन्यामध्ये गोव्यात शरीराची लाही लाही होत असते. हवेमध्ये प्रचंड आर्द्रता वाढलेली असते. अशा उकाड्यामध्ये वळीवाचे एक-दोन मोठे शिडकाव जिवांना दिलासा देऊन जातात. पण ती पाऊसवेळ तेवढ्यापुरतीच. कारण मे महिन्यातला हा अवचितपणे आलेला पाऊस मोसमी पावसाचा भाग नसतो. तो मोसमी पावसाची केवळ वर्दी घेऊन आलेला बेलीफ असतो. केरळमध्ये मोसमी पाऊस म्हणजे मान्सून साधारणपणे एक जूनला धडकतो. त्यानंतर साधारणतः चार-पाच तारखेपर्यंत तो गोवा गाठतो. आणि एकदा गोव्यात हा मोसमी पाऊस जूनमध्ये सुरू झाला की परत विश्रांतीचे नाव घेत नाही.

सर्वसाधारणपणे असा एकधारी पाऊस नाशिक जवळच्या त्र्यंबकेश्वर, घोटी, इगतपुरी, भंडारदारा या परिसरात मी अनेकदा ओला होऊन पाहिलेला आहे. पाऊस सुरू झाला की नाशिक-मुंबई हमरस्त्यावरील कसारा घाटात एखादी चक्कर मारून यावे हे तर अगदी ठरलेलेच. पण तिकडचा पाऊस वेगळा आणि गोव्यातला पाऊस वेगळा. त्या परिसरामध्ये पाऊस पडतो. गोव्यामध्ये तो अक्षरशः कोसळतो. हा फरक आहे. आपल्याकडे समस्त सृष्टी पावसाला झेलत असते. पण गोव्यामध्ये पाऊस समस्त सृष्टीला झोडपून काढत असतो. आपल्याकडे पाने-फुले वेली वृक्ष पावसाला आमंत्रण देऊन अलिंगन देत असतात. गोव्यामध्ये पाऊस स्वतःहून येऊन त्यांना भरभरून अलिंगन देतो.

आपल्याकडचा श्रावण बालकवींचा. गोव्यातला श्रावण बोरकरांचा. घन वरसे रे! खरे आहे, गोव्यात श्रावणातदेखील घन अक्षरशः बरसत असतात. आपल्याकडच्या पावसामध्ये मल्हाराची विविध रूपे दिसून येतात. गोव्यातल्या पावसाळ्यात मल्हारा पासून ते पाश्चात्य जॅझ आणि रॉक यांची देखील विविध रूपे दिसून येतात. संपूर्ण गोवाच संगीतमय म्हटल्यावर तिथला पाऊस देखील कसा अपवाद ठरणार. गोव्याचा एकंदरीतच पाऊस धो धो संगीतमय आहे. गोव्याच्या पावसात एक नाद आहे, एक लय आहे आणि एक रुद्र तांडव देखील आहे.

इंग्रजी भाषेत प्लुविओफाईल नावाचा एक शब्द आहे. त्याचा अर्थ पाऊस आणि पावसाशी संबंधित सर्व गोष्टी आवडणारा मनुष्य. त्यात मग आभाळगर्दी पासून ते गरमागरम चहाच्या कपापर्यंत सर्वकाही आले. गोव्यात पावसाळ्यात आलेला प्रत्येक माणूस प्लुविओफाईल होऊन जातोच जातो. गोव्यातल्या घरांची बांधणी एका विशिष्ट प्रकारची आहे. प्रत्येक घर हे उतरत्या छपराचे. अगदी नवीन प्रकारच्या सिमेंट कॉंक्रीटच्या चौकोनी चौकोनी मठ्ठ बिल्डिंग असल्या तरीही त्यांच्या छतांवर उतरत्या लोखंडी पत्र्याची किंवा तांबड्या कौलांची आच्छादने घातली जातात. खिडक्यांवर देखील उतरत्या पत्र्याची आच्छादने असतात. येथे पावसाळ्यात धाब्याची घरे टिकूच शकणार नाहीत. या सर्व पत्र्यांमुळे होते काय की पाऊस सुरू झाल्यावर हे पत्रे प्रचंड आवाज करू लागतात. पावसाच्या धारा ढोल-नगारे वाजविल्यागत या पत्र्यांना आणि कौलांना अक्षरशः झोडपून काढतात. आणि या सर्व गोंगाटाचे श्रेय पाऊस अगदी बेफिकीरपणे

घेत असतो. एवढा मोठा आवाज त्यामुळे आपल्या घरात येऊ लागतो की घरातल्या दोन माणसांना एकमेकांशी ओरडून बोलायला लागते. मला आठवते, उच्च न्यायालयातल्या रजिस्ट्रीतले एक अधिकारी एकदा माझ्याकडे आले होते. त्यांनी मला विनंती केली की त्यांना एखादे दुसरे क्वार्टर मिळू शकेल काय. मी कारण विचारले. ते म्हणाले, माझ्या आजूबाजूला जी घरी आहेत त्यांना पत्र्यांची छपरे आहेत. त्यामुळे पावसाळ्यात आम्हाला टीव्हीचा व्हॉल्युम खूप मोठा करून ठेवावा लागतो. आणि एवढा मोठा करूनही कधी कधी ऐकू येत नाही. हे कारण ऐकून मला हसावे की रडावे तेच समजत नव्हते. क्वार्टर बदलण्यासाठी असले कारण कोणी गोव्यातच देऊ शकतो. अर्थात दुसरे कोणतेही क्वार्टर शिल्लक नसल्याने मी त्यांचे पावसाळी भाषेतच सांत्वन केले, हे ओघाने सांगणे आलेच. बरे, गोव्यातला पाऊस म्हणजे एक दोन दिवसाचा पाहुणा नाही. चांगला चार महिने तो मुक्काम ठोकून बसलेला असतो. त्यामुळे गोव्यात जवळपास चारही महिने पावसाचे संगीत ऐकायला मिळते.

एकदा मला जिल्हा न्यायाधीश असलेल्या एका मित्राचा व्हॉट्सअपवर मेसेज आला. 'काय मग, गोव्यातला पाऊस काय म्हणतोय?' प्रश्नापुढे दात वेंगाडून हसणारा इमोकॉन होता. म्हणजे प्रश्न गंमत म्हणून विचारलेला होता. त्यावर मी व्हॉट्सअप शिष्टाचाराला अनुसरून प्रतिगंमत म्हणून उत्तर धाडले, गोव्यात पाऊस इतका जोरात पडतोय की पावसात आपण बोललो तर शब्ददेखील ओले होऊन टपाटप रस्त्यावर पडतील की काय असे वाटते! 'ऋण फेडण्या प्रतिभासंभव मौनाचे, वेचले शब्द मी बोलके पावसाचे.' अशी ओळ सहज मनात अवतरली. आता कल्पनाशक्तीला थोडी फुंकर घातली तर सुंदर पावसाळी भावकवितेचे सृजन होऊ शकते. ही पावसाची जादू. आणि तो जर गोव्यातला मोहिनी घालणारा पाऊस असला तर विचारायलाच नको. यमक, पुष्ययमक, दामयमक, श्लेष, अनुप्रास, उपमा, उत्प्रेक्षा, रूपक, दृष्टांत असे सर्व अलंकार परिधान करून गोव्याचा पाऊस अक्षरशः काव्यात्मक होऊन बरसत असतो. आपोआप सृजलेल्या काव्याला नाद लागत नाही अन पावसाने सृजलेल्या नादाला वेगळे काव्य लागत नाही. गोव्यातला पाऊस म्हणजे तार सप्तकातले नादब्रह्म!

गोव्याच्या पावसाचे रास्त गोडवे गाताना एकदा एकाने सुचविले, भरपावसात एकदा समुद्रकिनाऱ्यावर भटकंतीला जाऊन तर बघा. झाले. एके दिवशी भल्या पहाटे उजाडणीचे कवडसे आळसत आळसत पसरू लागल्यावर गाडी काढली आणि सरळ गेलो मीरामारच्या समुद्रकिनाऱ्यावर. ढग गरजत होते, पाऊस बरसत होता. असा समुद्रकिनाऱ्यावरचा पाऊस मी आयुष्यात पहिल्यांदा पाहत होतो. भर पावसात समुद्राला चांगलेच उधाण आलेले. समुद्राच्या लाटा किनाऱ्यावर आदळताना जो रुद्ररुपी आवाज होतो तो जणू सृष्टीतले एक अख्खे नादब्रम्ह उलगडून दाखवीत होता. समुद्रावर पडणारा पाऊस बघताना आप ह्या महाभुताची शक्ती दिसून आली. त्या शक्तीचा प्रत्यय आला. भगवद्गीतेच्या अकराव्या अध्यायाचे स्मरण झाले. विश्वरूपदर्शन! समुद्रकिनाऱ्यावरची नारळाची झाडे एका रांगेत लवलवून या निसर्गसोहळ्याचे जणू स्वागत करीत होती. निसर्गाचे हे अतिभव्य रूप न्याहाळताना मानवी जीवन अगदी क्षुद्र, समुद्राच्या पाण्यातल्या एखाद्या बुदबुद थेंबासारखे वाटू लागले. जीवन त्यांना कळले हो, मी पण ज्यांचे पक्व फळापरी सहजपणाने गळले हो! काय म्हणून ठेवले आहे बोरकरांनी. महाप्रचंड समुद्र, मेघांनी आक्रमिलेले नभ आणि त्या नभांतून धो धो कोसळणारा रौद्रधारी पाऊस. ईश्वरी शक्तीची अनुभूती देणाऱ्या या विश्वरूपदर्शनापुढे एखाद्याचे मी पण गळून पडले नाही तर त्याने आपल्या शरीरात आत्मा वसतो आहे की नाही, हे अगोदर तपासून पाहावे.

गोव्यामध्ये पावसाळा सुरू झाला आणि भातागरांमध्ये पावसाच्या पाण्याने चिखल फदफदू लागला की शिरशिरित हातांनी भातपेरणी सुरू होते. महिनाभरात भाताची हिरवीगार लुसलुशीत भातागरे रस्त्याच्या दोन्ही बाजूला अनेक ठिकाणी दिसू लागतात. फूटभर वाढलेल्या भातरोपांवरून वारा वाहू लागला की एखादा हिरवागार गालीचा विनाकारण हलल्याचा भास होतो. गोव्यात असे अनेक गालिचे बघावयास मिळतात. या भातागरांच्या चहूबाजूंनी माडाची उंचच-उंच झाडे असतात. काही नशीबवान भातागरे एखाद्या छोट्या डोंगराच्या कुशीत असतात. या सर्व कॉम्बिनेशन मधून जो देखावा होतो तो एखाद्या चित्रासारखा. चांगल्या दर्जाचा कॅमेरा असल्यास असे सीन्स चांगले साठवून ठेवता

येतात. एखादा छोटासा डोंगर, त्याच्या पायथ्याशी एखादे आडवे-तिडवे भातागर आणि त्या भातागराच्या काठांवर माडाची उंचच-उंच नम्र झाडे. असे कॉम्बिनेशन गोव्यात ठीकठिकाणी पहावयास मिळते. ज्याने गोव्यातला पाऊस पाहिला नाही त्याचा जन्म व्यर्थ गेला असे मी म्हटले ते यामुळेच. गोव्याचे अस्सल दर्शन घडते ते पावसातच. किंवा पावसाचे अस्सल दर्शन घडते ते गोव्यातच.

गोव्यातला पाऊस अगदी संगीतमय. गोव्यात एकतर कौलारू घरे असतात किंवा पत्र्याची आच्छादने असलेली. गोव्यात पाऊस येतो तोच मुळी भलता गोंगाट आणि गाजावाजा करत. गोव्यातला अक्षरशः धो धो कोसळणारा पाऊस न्याहाळत बसणे आणि तो छपरावर पडल्यावर त्यातून निर्माण होणारे विविध मल्हार कानात साचवणे, हा एक नादब्रह्मी अनुभव असतो. तो मी स्वतः अनेकदा श्रवलेला आहे.

मला वाटते गोव्यातल्या लोकांच्या सृजनशीलतेची बीजे ही तिकडच्या पावसात असावीत. सर्जनशीलतेला निसर्गाची जोड मिळाली की ती आणखी डवरते. पाश्चात्य देशांतून जे जगप्रसिद्ध साहित्य निर्माण होऊ शकले त्याचे मूळदेखील तिथल्या निसर्गसौंदर्यात असावे. तद्वतच गोव्यामध्ये देखील जनमानसांत जी सर्जनशीलता आणि सळसळता उत्साह दिसून येतो तो कदाचित तिथल्या पावसामुळेच. इतिहासाचार्य वि. का. राजवाड्यांचा एक प्रसिद्ध लेख आहे. जशी संस्कृती तसे हत्यार. तसेच, जसे निसर्गसौंदर्य तसे साहित्य, असे म्हणता येईल. वर्षभर पुरेल इतकी ऊर्जा आणि सर्जनशीलतेचा वसा हा पाऊस गोवेकरांना एकदम देऊन टाकीत असतो. आश्चर्याची गोष्ट म्हणजे गोवेकरांनी पावसाविरुद्ध कुरबुर केली असे कधीच दिसून आले नाही. पावसामुळे गोव्यातले रस्ते जलमय होऊन जातात. बस अडकून पडतात. वाहने अडकून पडतात. अनेकदा जनजीवन विस्कळीत होऊन जाते. पण स्थानिक गोवेकर मात्र जीवनाचा एक अविभाज्य भाग म्हणून त्याकडे तटस्थ वृत्तीने पाहतात. पावसाला अंगाखांद्यावर खेळवत खेळवत आनंदाने कसं जगावं हे गोयकारांकडून शिकावे.

अर्थात आधी म्हटल्याप्रमाणे, गोव्याबाहेरचे लोक मात्र गोव्याच्या पावसाळ्याचा धसका घेत असतात. पावसाळ्याचे चार महिने इथे पर्यटन बरेच मंदावलेले असते. त्यामुळे हॉटेलांचे दर देखील पर्यटकांच्या

खिशाशी लाडीगोडी करू पाहतात. कोणीही सांगेल, गोव्यात जावे ऑक्टोबर ते जानेवारीच्या दरम्यान. गोव्यात पावसाळ्यात जावे असा कदाचित विपरीत वाटावा असा सल्ला सर्वसाधारणपणे कुणीही देणार नाही. पण ज्यांना अगदी अस्सल सृष्टीसौंदर्य न्याहाळायचे असेल त्यांनी जून ते सप्टेंबरच्या दरम्यान गोव्यात चार-पाच दिवस राहावयास यावे आणि भर पावसाळ्यात गोव्यातली खेडीपाडी पालथी घालावीत. गोव्याचे खरे सौंदर्य हे तिथल्या खेड्यापाड्यांत. नागमोडी वाटा, नारळी पोफळीची झाडे, काजू बागा, फणस बागा, भातागरे, छोटीशी टुमदार कौलारू घरे, घरासमोरील परसबागा, त्या परसबागेतली खरीखुरी तुळशीवृंदावनं. आणि त्यात जर वरून पाऊस बरसत असेल तर मग विचारायलाच नको. बालभारतीच्या पुस्तकातल्या निसर्गचित्रांची आठवण आल्याशिवाय राहणार नाही. गोव्यातल्या खेड्यांत हे सर्व जागोजागी पाहावयास मिळते.

गोव्यात मांडवी आणि झुआरी या प्रमुख नद्या. अतिप्रचंड अशी त्यांची पात्रे. गोव्याचा संपूर्ण भूप्रदेश म्हणजे या दोन नद्यांचा अत्यंत लाडका भाऊच. ज्यावेळी असा विचार माझ्या मनात आला त्यावेळेपासून गोव्यातली नारळी पौर्णिमा मला अधिकच भावस्पर्शी वाटू लागली! या दोन नद्या नारळी पौर्णिमेला आपल्या लाडक्या भावाला अशी काही राखी बांधतात की पुढे वर्षभर हा लहान भाऊ निसर्गसौंदर्याने फुलून उठतो आणि आपल्या दोन बहिणींना आपल्याकडच्या हिरवाईची भरभरून ओवाळणी देतो.

गोव्यातली मांडवी म्हणजे कर्नाटकची म्हादई. मुद्दा असा, की मांडवीवरती सन २०१९ मध्ये उंचच उंच असा अटल सेतू बांधून तयार झाला. त्या पुलाला मजबूत दोरखंडाने आधार दिलेले आहेत. अशा पद्धतीच्या पुलास केबल स्टेड ब्रिज असे म्हटले जाते. एकदा आम्ही उच्च न्यायालयाच्या नवीन इमारतीचे बांधकाम बघण्यास चाललो होतो. भर पावसात या केबल स्टेड अटल सेतू वरून आमची गाडी जात असताना त्या पावसात या मांडवी नदीचे जे दर्शन घडले होते ते अक्षरश: डोळ्यात साठवून ठेवावे असे होते. मांडवीच्या विशाल पात्रात पावसाच्या धारा अक्षरशः बरसत होत्या. पावसाच्या धारा कोसळत असल्याने पाण्यावर पाण्याचेच रईदार टाके घालत पावसाने जणू

नक्षीकाम चालविले होते. मांडवी नदीचे विशाल, रुंद पात्र, त्यावरील काही मोठी जहाजे, पावसाळ्यात मासेमारी बंद असल्याने मासेमारीच्या छोट्या छोट्या होड्या एका बाजूला बांधून ठेवलेल्या आणि वरून हा धो धो बरसणारा पाऊस. एकंदरीतच सर्व मांडवी चित्रमय झाली होती. काही वेळातच आमच्या गाडीने पूल ओलांडला. तरीही बराच वेळ मांडवीचे ते स्वर्गीय दृश्य तरळत होते. पुढे मात्र कहर झाला. उच्च न्यायालयाच्या नवीन इमारतीचे बांधकाम बघण्यासाठी म्हणून आम्ही इमारतीच्या वरच्या मजल्यावर गेलो. त्या नवीन इमारतीच्या काही भागांमधून, तेही जरा उंचावरून, विशाल अशा मांडवीचे अत्यंत सुंदर, मनोहारी दर्शन घडते. तसेच तो केबल स्टेड अटल सेतूदेखील या इमारतीमधून दूरवर दिसून येतो. पाऊस जोरदार बरसतच होता. त्यात बरसणाऱ्या पावसात जरा उंचीवर स्थित असलेल्या त्या उच्च न्यायालयाच्या इमारतीमधून संपूर्ण मांडवी आणि तिच्या परिसराचा हा आणखी एक स्वर्गीय नजारा दिसून येत होता. एखाद्या ग्रीटिंग कार्डला शोभेल असा हा निसर्ग देखावा! भरपावसात गोव्यामध्ये एखाद्या अंध व्यक्तीने जरी कॅमेरा क्लिक केला तरी छायाचित्रात एखादा सुंदर देखावा उमटून येईल.

पावसाचे आणि सृजनशीलतेचे काहीतरी घनिष्ठ नाते आहे. कविमनाला पावसाळ्यात अक्षरशः पाझर फुटतो. लेखकांच्या लेखणीला धुमारे फुटतात. कलासक्त माणसांच्या कलेला नवपंख मिळतात. इतर आठ महिन्यात लेखक-कवी स्वतःहून लिहीत असतील; पावसाळ्यात खुद्द निसर्ग लेखक-कवींकडून लिहून घेत असतो. All the elements of nature conspire with each other in the rainy season to get the most beautiful out of the writing hands. असे म्हटले तर खोटे ठरणार नाही. गोव्यातला पाऊस हा निर्जीव कधीच नसतो. त्या पावसामध्ये रसरसून जीवन भरलेले आहे. गोव्यातला पाऊस हा मोनालिसाच्या हसऱ्या आणि रडक्या गालासारखा आहे. पावसाची एखादी गडद संध्याकाळ तुम्हाला भूतकाळातल्या एखाद्या करुण आठवणीकडे घेऊन जाईल, परंतु ती आठवण अलगदपणे बाजूला सारून मनात परत नवचैतन्य निर्माण करण्याची ताकद त्याच पावसात निसर्गाने ठासून भरलेली आहे. पावसाळा म्हणजे संपूर्ण सृष्टीचा नवनिर्मितीचा

एक स्वर्गीय सोहळा. लहानसहान फुले देखील आपला शेंबुड पुसून पाकळ्यांच्या ओंजळीत आनंदाने पाऊस झेलू लागतात.

गोव्यात अक्षरशः हजारो प्रकारची फुलझाडे आहेत. तेवढी इतरत्र कोठे बघावयास मिळत नाहीत. संपूर्ण गोवा म्हणजे एक भलेमोठे नैसर्गिक बोटॅनिकल गार्डन आहे. ते बघण्यासाठी तुमच्याकडे केवळ तशी दृष्टी असावी लागते. तुमच्याकडे कॅमेरा किती चांगल्या प्रतीचा आहे आणि तो किती महागडा आहे ते महत्त्वाचे नाही. तुमच्याकडे छायाचित्रे टिपण्याची दृष्टी आहे की नाही ते महत्त्वाचे असते. निसर्गदृष्टी असलेली अंध व्यक्ती देखील चांगली छायाचित्रे टिपू शकेल पण तशी दृष्टी नसलेल्या डोळस माणसाला काहीही टिपता येणार नाही. दृष्टीहीनाचा डोळसपणा आणि डोळसाचे अंधत्व कधी उघडकीला येईल त्याचा नेम नाही. त्यामुळे गोव्यात जाताना कॅमेरा असो की नसो, आपल्या शरीराबरोबर दृष्टी घेऊन जाणे आवश्यक असते.

पणजी शहरातून विमानतळाकडे जाताना रस्त्यात झुआरी नदीवरचा महाप्रचंड पूल लागतो. त्या पुलाच्या डाव्या हाताला काही अंतरावर कोकण रेल्वेचा लांबलचक पूल आहे. आपल्या वाहनाने या झुआरीवरच्या पुलावरून भर पावसात जात असताना एखादेवेळी एखादी ट्रेन त्या पुलावरून जाताना दिसली तर ते अत्यंत सुंदर असे दृश्य असते. अगदी कॅमऱ्याने टिपावे असे. ज्या ज्या वेळेला मला त्या पुलावरून ट्रेन जाताना दिसायची त्यावेळी मला कुसुमाग्रजांच्या आगगाडीची आठवण होत असे.

आणखी असे, की गोव्यातल्या पावसाचे अध्यात्म ज्याला जाणून घ्यावयाचे असेल त्याने बोरकरांच्या पावसावरच्या कविता गोव्याचे तिकीट बुक केल्याबरोबर हृदयात ओतून घ्याव्यात आणि मगच गोव्याची पावसाळी वाट धरावी. सरीवर सारी आल्या गं, क्षितिजी आले भरते ग, झाले हवेचेच दही, कौलारांवर लाल खेळतो, पाऊस रात्री होऊन गेला, घन बरवा, घन लवला रे, घन वरसे रे. पावसाने ओथंबून गेलेल्या आणि मेघमयी हिरवाईने आशयघन झालेल्या बोरकरांच्या या अशा कविता आत्मसात करून गोव्यातला पावसाळा अंगावर घेणाऱ्याची कुंडलिनी जागृत झाल्याशिवाय राहणार नाही.

खूप वर्षांपूर्वी नाशिकला कालिदास कलामंदिरात घन वरसे रे हा

कविवर्य बोरकरांच्या कवितांवरचा कार्यक्रम ऐकला होता. गोव्यात आल्यावर त्या कवितेचा आत्मा मला गमला. घन वरसे रे ही कविता बोरकरांनी जरी पुण्यात रचली तरी तिचा ऋणानुबंध आहे तो गोव्यातल्या पावसाशी. त्याचे असे झाले होते. पुण्यात वास्तव्यास असताना एकदा बोरकर त्यांच्या भावाला एका पावसाळी दिवशी तीन प्रहर झाल्यावर मुळा-मुठेच्या संगमावर भटकायला घेऊन गेले होते. पूल ओलांडून ते घाटावर येत असतानाच मुसळधार पाऊस सुरू झाला. त्या दोघांनी पाडवीचा आश्रय घेतला. समोरचा मुसळधार पाऊस अवाक् होऊन बोरकर बघत राहिले. तंद्री लागली. बघता बघता त्यांचे भान गेले आणि त्या भरात ते गाऊ लागले

घन वरसे, रे, घन वरसे, रे
वरसे जलसर, आले सरसर
मल्हाराचे स्वरसे, रे
भरुनी आले, नदिनद नाले
जरठ तरूहि जाहले रसाले
पल्लवद्रुमही न्हाले धाले
जणुं मोरांचे परसे, रे

वरील कडवे पूर्ण होते तोच ही कुणाची चीज? असे त्यांच्या भावाने मध्येच विचारले. बोरकरांची तंद्री भंग पावली. चांदण्याच्या कवडशात बोरकर म्हणतात, पुढे सतरा-अठरा वर्षे त्यांना हे गीत पूर्ण करता आले नाही. निवृत्तीनंतर बोरकर गोव्यातल्या बोरीच्या घरात विसावले. पुढे बऱ्याच वर्षांनी एका मासिकाने दिवाळी अंकासाठी त्यांच्याकडून कविता मागवली. तुमच्या कवितेसाठी दिवाळी अंकाची छपाई खोळंबली आहे, आणीबाणीपायी आमच्या दैनिकावर संक्रांत आली आहे आणि संपादक तर अगोदरच गजाआड गेले आहेत, तेव्हा तातडीने कविता पाठवा - असे बोरकरांना पत्र आले. बोरकर अस्वस्थ झाले. तसेच झोपी गेले. पण भल्या पहाटे त्यांना एकाएकी जाग आली. ते तडक उठले, चूळ भरून चौसोपी वर गेले, दिव्याचे बटन दाबले आणि टेबलापाशी जाऊन बसले. आणि तोच मुसळधार पाऊस सुरू झाला. बोरकर

गुणगुणतच होते घन वरसे रे.. आणि पावसाची किमया अशी की, पुढे पाच मिनिटांच्या आत त्यांच्या स्तंभित गीताची पुढची दोन्ही कडवी तयार झाली.

गोव्यातला पाऊस हा असा किमयागार.. मेघमल्हारी सृष्टीमहोत्सव!

◆

संगीतमय गोवा...

गोयंचे संगीत आयकूंक भौच गोड! संगीताचे वेड गोव्यामध्ये जेवढे आहे तेवढे इतरत्र कोठेही बघावयास मिळणार नाही. वास्तविक पाहता गोव्यातला माझा कार्यकाल होता दोन वर्षांचा. फेब्रुवारी २०१८ ते फेब्रुवारी २०२०. या दोन वर्षांत संगीताचे जेमतेम चार-पाच कार्यक्रम मला प्रत्यक्ष बघता आले. बाकी वृत्तपत्रांमधून आणि स्थानिक लोकांकडून मात्र गोवेकरांच्या संगीतवेडाबद्दल अनेकपदरी माहिती मिळत गेली. ती एकत्र केली आणि या संगीतमय लेखाचा जन्म झाला. म्हटले, गोव्यावरच्या पुस्तकाच्या समारोपाला यापेक्षा चांगली भैरवी ती कोणती.

गोव्यात जवळपास वर्षभर गावोगावी आणि जागोजागी संगीताचे कार्यक्रम होत असतात. केवळ पावसाळ्याचे चार महिने त्या कार्यक्रमांना किंचित ओहोटी असते. बाकीचे आठ महिने संगीतवेडे गोवेकर अक्षरशः संगीतात न्हाऊन निघत असतात. आपल्याकडे एखाद्या मोठ्या शहरात वर्षभरात जेवढे कार्यक्रम होत नसतील तेवढे कार्यक्रम गोव्यात पंधरा दिवसांत होऊन जातात. एवढा हा प्रचंड संगीतप्रधान प्रांत!

गोव्यातले कोणतेही वर्तमानपत्र उघडले तर एखाद्या दिवशी किमान आठ ते दहा ठिकाणी संगीताचे कार्यक्रम असल्याचे समजते. त्यासाठीची कारणं वेगवेगळी असतात. गोव्यात सत्यनारायणाची पूजा फार सोहळ्याने केली जाते. सत्यनारायणाची पूजा म्हणजे जणू एखादा मोठा समारंभच असतो. सत्यनारायणाच्या पूजेच्या वेळी ज्या आरत्या म्हटल्या जातात त्या देखील अत्यंत श्रवणीय, तालासुरात आणि रागदारीत असतात. त्यासाठी तबला, पेटी आणि म्युझिक सिस्टिम सुसज्ज केलेली असते. भजनी मंडळी अत्यंत तल्लीन होऊन त्या आरत्या आळवीत असतात. ज्याला कोणाला आरत्या खऱ्या अर्थाने ऐकायच्या असतील त्याने

गोव्यास जावे.

गोव्यामध्ये हिंदुस्तानी शास्त्रीय संगीतापासून ते अगदी पाश्चात्य शास्त्रीय संगीतापर्यंत संगीताचे सर्व नमुने ऐकावयास आणि स्टेजवर पाहावयास मिळतात. ऑक्टोबर ते मार्चच्या दरम्यान गोव्यातले वातावरण अत्यंत सुंदर, आल्हाददायक असे असते. साहजिकच, त्यावेळी टुरिस्ट भरपूर असतात. या सिझनमध्ये परदेशातून जहाजेच्या जहाजे गोव्यातल्या बंदरात येत असतात. या महिन्यांमध्ये गोव्याचे डॅबोलीम, स्थानिक भाषेत दाबोळी, हे विमानतळ अक्षरश: गजबजून गेलेले असते. जगातील जवळपास एकशेपन्नास पेक्षा जास्त देशांमधील लाखो पर्यटक विविध प्रकारच्या विमानांनी गोव्यात दाखल होत असतात. काही हौशी पर्यटक तर अक्षरश: चार्टर फ्लाइटस्‌ने गोव्यात दाखल होत असतात.

या काळात संगीताचे सर्वात जास्त कार्यक्रम होत असतात. इथल्या विविध खासगी हॉटेल्समध्ये संगीताच्या मैफली रंगतात त्या तर वेगळ्याच. त्यांना जरा व्यावसायिक आणि फिल्मी अंग असते. परंतु कला अकादमी, मेनेझेस ब्रगांझा इन्स्टिट्यूट, कला आणि सांस्कृतिक संचालनालयाचा सेंट्रल लायब्ररी मधील हॉल तसेच मडगाव येथील रवींद्र भवन येथे संगीताचे सार्वजनिक स्वरूपाचे भव्य कार्यक्रम होत असतात. याव्यतिरिक्त म्हापसा, फोंडा, मार्दोळ, डिचोली, पर्वरी, पेडणे अशा अनेक गावागावांत शेकडो संगीत-मैफिलींचे आयोजन केले जात असते. गोव्यातला गणेशोत्सव तर दिवाळीपेक्षा आकाराने आणि उत्साहाच्या अंगाने भलताच दांडगा. त्यावेळेस संगीताच्या कार्यक्रमांना खऱ्या अर्थाने पेव फुटते.

गोव्यात सार्वजनिक गणपती कमी असतात. घराघरात आलेले गणपती जास्त असतात. कोणाकडे दीड दिवस, कोणाकडे तीन दिवस, पाच दिवस किंवा दहा दिवस असे गणपती असतात. गणपतीच्या निमित्ताने चाकरमाने गोवेकर त्यांच्या मूळ गावी मुक्काम ठोकून असतात. त्यावेळी संपूर्ण कुटुंब एकत्र येत असते. मला आठवते, पणजी सारखे राजधानीचे शहर गणेशोत्सवात अक्षरशः ओस पडलेले असायचे. विचारपूस करता समजायचे की सर्व लोक सहकुटुंब गणपतीसाठी त्यांच्या मूळ गावी गेलेत. तिथे कुटुंबाचा सामायिक गणपती बसवलेला असतो. गोव्यात तसे दिवाळीचे एवढे वेड नाही. परंतु गणेशोत्सव म्हटला की गोवेकरांची दहा दिवस अक्षरश: कुंडलीनीच जागृत होत

असते. आणि मग अशावेळी गावोगावी संगीताचे जे कार्यक्रम होतात त्याला तोड नाही. गोव्यातला अगदी साधा माणूसदेखील चालता-चालता रागदारीत गाणी म्हणून जातो.

एकदा उच्च न्यायालयात ड्रायव्हर पदासाठीची भरती हाती घेतली होती. त्यासाठी उमेदवारांची वाहन चालवण्याची परीक्षा घेण्यासाठी एक आरटीओ कार्यालयातले निरीक्षक आले होते. परीक्षा झाल्यानंतर ते माझ्या दालनात आले. अल्प गप्पांच्या ओघात समजले कि तेदेखील शास्त्रीय पद्धतीने गाणी म्हणतात आणि तबला वाजवतात. इतर ठिकाणचे आरटीओ कार्यालयातले लोक काय करतात ते आपणास माहीत आहे. पुढे मग ते त्यांच्या कार्यक्रमांची मला माहिती, निमंत्रण देऊ लागले. अर्थात त्यांच्या कार्यक्रमांना मला जायला वेळ मिळाला नाही. परंतु ते मला व्हॉट्सअप वरती नियमितपणे शास्त्रीय गाणी पाठवीत असत.

कार्निवलच्या दरम्यान गोव्यात पाश्चात्य संगीताचा अक्षरशः पाऊस पडतो असं म्हटलं तर वावगं ठरणार नाही. पणजीच्या मुख्य चौकात पणजी महानगरपालिकेचे गार्डन आहे. कार्निवलच्या चारही दिवस त्या गार्डनमध्ये दररोज सायंकाळी ते रात्री उशिरापर्यंत पाश्चात्य संगीताचे तुफान कार्यक्रम होतात. त्यासाठी रंगीबेरंगी लाईट्सचे फोकस स्टेजवरती सोडले जातात. गायक आणि वादक अत्यंत धुंद होऊन गेलेले दिसतात. लहान मुलांपासून ते वृद्धांपर्यंत सर्वजण अगदी उभे राहून त्या संगीताचा आनंद घेत असतात. पणजीतले महानगरपालिकेचे गार्डन तसे फार मोठे नाही. त्यामुळे लोक अगदी दाटीवाटीने उभे राहून नाचत, डोलत असतात. इतक्या दाटीवाटीने, की एखाद्याला त्या धुंदीमध्ये चक्कर आली तर त्याला इतरांच्या अंगाखांदयावरून घरंगळत जमिनीवर उताणे पडायला अर्धा तास लागेल!

पंडित जितेंद्र अभिषेकी गोव्याचे. त्यांच्या नावाने फोंडा येथे संगीत महोत्सव होत असतो, अशी माहिती मिळाली. त्यात अत्यंत सुप्रसिद्ध अशा गायकांचे गायन ठेवलेले असते. गोव्याची गायन परंपरा तशी अत्यंत समृद्ध. गोवा म्हणजे खाणींचा प्रदेश. येथे अनेक खनिजद्रव्यांच्या खाणी आहेत. हे झाले भौगोलिक. पण अलौकिक म्हणजे गोवा ही अत्यंत गुणसंपन्न गायक, कलाकार, संगीतकार, साहित्यिक आणि विद्वानांची खरी खाण आहे. गोव्याच्या मातीत काहीतरी विशेष आहे,

एवढे मात्र निश्चित. मा. दीनानाथ मंगेशकर, जितेंद्र अभिषेकी, प्रभाकर कारेकर, रामदास कामत, मोगूबाई कुर्डीकर, प्रसाद सावकार, शौनक अभिषेकी, केसरबाई केरकर, लोर्ना कोर्देरो, रेमो फर्नांडिस, सी. अल्वारीस. ही सर्व गानरत्ने गोव्यातल्या खाणीतली! त्यामुळे गोवेकरांवर संगीताचे भरजरी संस्कार झालेत. पिढ्यांपिढ्यांच्या संगीत संस्कारामुळे गोवेकरांचे कंठ आणि कान दोन्ही तयार झालेले आहेत.

पद्मश्री कविवर्य बा. भ. बोरकर उर्फ बाकीबाब हे गोव्याच्या बोरी या गावचे. म्हणून ते 'बोरकर'. गोव्यात आपल्या गावाच्या नावापुढे कर लावलेली अनेक आडनावे आहेत. पर्रीकर, पेडणेकर, उसगावकर, मयेकर, सांगोडकर, लोटलीकर, साळगांवकर आणि अशी अनेक. गोवा म्हणजे अस्सल सारस्वती प्रतिभेचा प्रदेश!

बोरकरांच्या घराला भेट देण्याचा माझा फार मानस होता. गोव्याला बदली झाल्याबरोबर बोरकरांच्या घरास वेळात वेळ काढून भेट द्यायची असे मी मनोमन ठरवून टाकले होते. पुढे गोव्याहून बदली व्हायचा केवळ काही दिवस अगोदर योग आला. बोरीच्या पुढे एका गावात एका जिल्हा न्यायाधीशांच्या मुलीचे लग्न होते. ते निमित्त साधले. मला आठवते, त्यावेळी शांतिनिकेतन या त्यांच्या घराच्या परिसरास मी अगदी आवर्जून भेट दिली होती. ते घर माझ्या पाठीमागे दिसेल अशी योजना करून माझे फोटो काढून घेतले. त्यावेळी अंगावर रोमांच येत होते. जणू ती वास्तू मला खुणावत होती, सांगत होती..होय, ज्यांच्यामुळे ज्ञानपीठाचा मान वाढला असता ते कवी बा. भ. बोरकर इथेच राहत होते! बोरकरांच्या कवितेला गोव्याच्या मातीचा मृदगंध आहे, दैवी गेयता आहे. गोव्यावर बोरकरांची एक अत्यंत सुंदर कविता आहे. 'गोव्यांतला माझा गांव असा ओव्यांतच गावा, तेथें जाऊन राहून डोळे भरून पहावा.' त्या कवितेच्या या शेवटच्या दोन ओळी आहेत. असो.

येथे बोरकरांचा संदर्भ देण्याचा आग्रह यासाठी की खुद्द बोरकरांवर संगीताचे सात पिढ्यांचे संस्कार होते. बोरकरांच्या कवितेला गोव्याच्या परिसराची माडपानी झालर आहे. शब्दवेधी बोरकरांचे सांगीतिक अंगदेखील डेरेदार होते. बोरकरांच्या बोरीच्या एकत्र कुटुंबात वाचन, पठण, श्रवण यांची समृद्ध परंपरा होती. ते स्वतः म्हणतात 'रात्र झाली की, घराच्या देव्हाऱ्यापुढे तीन-तीन तास भजन चाले. या भजनात एकूण एक पदे

मंथून काढलेल्या रत्नांसारखी वेचीव आणि सोलीव होती. त्यात जसे छंदांचे वैचित्र्य आणि वैपुल्य होते तसेच वेगवेगळ्या कवी प्रतिभांचे निवडक आविष्कारही होते. राग- तालांचे बाहुल्यही होते. अभंग, विराण्या, गौळणी, भारुडे, पदे, सवाया वगैरे प्रकार असत तसे ज्ञानदेव, रामदास, नामदेव, एकनाथ, सोहिरोबा, कृष्णंभट बांदकर, मध्वमुनाश्वर, शिवदिनकेसरी, मीरा, तुळशी, कबीर अशा विविध कवींचे रसाळ वेंचे असत. आमच्याकडील भजनांची, या पदांची निवड आणि त्यांचा क्रमनिर्णय कुणी केला, हे कळायला मार्ग नाही; पण ती यादी अव्वल रसिकतेची द्योतक आहे, यात मुळीच शंका नाही. आमच्या घरात ही भजनाची परंपरा सात पिढ्या चालत आली आहे आणि सात पिढ्यांच्या रसिकतेतून तिला हा आकार लाभला आहे असे मला वाटते.' पुढे बोरकर म्हणतात 'घरात जसे आठही पार असे निवडक काव्य कानावर पडे त्याचप्रमाणे चातुर्मासात आणि चैत्र- वैशाखात चौसोपीवर वाचल्या जाणाऱ्या पोथ्या ऐकायला मिळत. त्यात गुरुचरित्र, दासबोध, आर्याभारत, हरिविजय, भक्तिविजय, पांडवप्रताप असे कितीतरी लोकमान्य ग्रंथ असत.'

याच आत्मकथनात बोरकरांनी पुढे, बोरी गावात जगन्नाथ बोरकरांनी सुरू केलेल्या भजनी सप्ताहामधून स्वरसंगीताच्या मैफली कशा बहरत जात आणि अन्य सांस्कृतिक उपक्रमांमुळे वातावरण कसे चैतन्यमय होऊन जात असे याचे सुरेख वर्णन केले आहे. 'मी स्वभावतःच शब्दांचा छंद घेतल्याने शब्दच आपले रहस्य मला सांगत गेले, त्यासाठी मला कधी शब्दकोश चाळावा लागला नाही'. असे जेव्हा थोर कवी बोरकर सांगून जातात तेव्हा गोव्याच्या मातीत मनकवडे शब्द कसे रुजतात आणि श्रोत्यांचे कान संगीतासाठी कसे पिकतात हे समजते.

गोव्यात कॅथॉलिक लोक अर्थातच भरपूर. विशेष म्हणजे बऱ्याच कॅथॉलिक घरांत कोकणी बोलली जाते. इतिहास असा की जून १६८४ मध्ये तत्कालीन पोर्तुगीज शासकांनी कोकणी भाषेवर पूर्णतः बंदी घातली होती. पोर्तुगीज भाषा त्यावेळी सक्तीची केली होती. परंतु कोकणी भाषा नष्ट होऊ शकली नाही. उलट आणखी जोमाने ती उफाळून आली. आणि आता कॅथॉलिक घराघरांत कोकणी बोली बोलली जाते! हा कोकणीच्या बाबतीत झालेला काव्यात्मक न्यायच

म्हणावा. असो.

येथे हा उल्लेख करण्याचे कारण म्हणजे कोकणीतून जी येशू ख्रिस्ताची, सेंट झेवियरची भजने म्हटली जातात ती अतिशय श्रवणीय अशी असतात. गोव्यातल्या सर्व कार्यालयांतून कर्मचाऱ्यांनी वर्षातून एकदा पणजीच्या भव्य अशा चर्चमध्ये समूहाने जाऊन एक मास म्हणजे प्रार्थना करावी अशी प्रथा आहे. तद्वतच मला तशी मास अटेंड करण्याची प्रत्येक वर्षी जूनमध्ये संधी मिळत गेली. त्यावेळी ही कोकणी भजने प्रत्यक्ष ऐकण्याचा प्रसंग आला. ती भजने देखील अत्यंत तालासुरात म्हटली जातात. वरून त्याला पियानोची घनगंभीर साथ. आवाजाचे विविध आरोह, अवरोह त्यात साधले जातात. त्यामुळे ती पदे ईश्वराच्या जवळ घेऊन जाणारी वाटतात. एक मात्र खरे की, ही त्यातील पदांची जशी जादू आहे तशी ती त्यातून तयार होणाऱ्या कर्णमधुर संगीताची देखील जादू आहे. याव्यतिरिक्त दर रविवारी सर्व चर्चेसमधून इंग्रजीसह कोकणी भाषेतही प्रार्थना होतात. पियानोतून धीरगंभीरपणे येणाऱ्या नादलहरींना जणू त्यावेळी आध्यात्मिक सूर गवसतो. सर्व वातावरण अगदी ईश्वरमय झालेले असते. त्यात जणू साक्षात येशू आपल्याला खुणावतो आहे, आपल्या अगदी जवळ येऊन कारुण्यपूर्ण हात आपल्या मस्तकावर फिरवतो आहे, असे जेव्हा वाटू लागते, तेव्हा ती ब्रह्मानंदी टाळी लागल्याची खूण समजावी.

संगीताचाच विषय निघाला तर गोव्यातील त्रियात्र कशी विसरून चालतील. जशी मराठी संगीत नाटके असतात तशीच गोव्यातील कोकणी भाषेतील बहुतांशी ख्रिश्चनांची संगीत नाटके म्हणजे त्रियात्र. असे सर्वसाधारणपणे म्हणता येईल. पोर्तुगीज भाषेत थिएटरला त्रियात्र असे म्हणतात. या त्रियात्रांमध्ये संगीताची आणि गाण्यांची पेरणी केलेली असते. विविध वर्तमानपत्रांतून या त्रियात्रांची जाहिरात केली जाते. त्यातील कलाकारांची मोठमोठी छायाचित्रे त्या जाहिरातीत असतात. त्यामुळे त्या जाहिराती अत्यंत लक्षवेधी ठरतात. या त्रियात्रांना खचाखच प्रेक्षक वर्ग मिळत असतो. अनेक त्रियात्रांमधून राजकीय, सामाजिक विषयांवरचे विनोदाच्या माध्यमातून विडंबन साधले जाते. त्यामुळे ही त्रियात्रे अत्यंत मार्मिक आणि गर्दीखेचू ठरतात.

एकदा वर्तमानपत्रात बातमी वाचली. अमुक अमुक गावात गीतकल्लोळ!

शीर्षकच इतके छान होते. कल्लोळ कशाचा तर गीतांचा! खरोखरच गोव्यात गीत-संगीताचा अक्षरशः कल्लोळ असतो, अगदी सालभर. कोजागिरी पौर्णिमा देखील गोव्यात फार उत्साहात साजरी होते. पेडणे हे गाव पणजीच्या उत्तरेला साधारणत: वीस-बावीस किलोमीटर अंतरावर. या पेडण्याची कोजागिरी पौर्णिमा विशेष प्रसिद्ध. पेडण्याची पुनव! असे तिला म्हटले जाते. पण एकंदरीत संपूर्ण गोव्यातच कौजगिरी पौर्णिमा फार सुंदर, संगीतमय असते. ठिकठिकाणी संगीताच्या मैफिली आयोजित केल्या जातात.

गोव्यात जॅझ संगीतालाही फार दर्दी श्रोते लाभलेत. बीथोवन, मोझार्ट यांचे अगदी दर्दी चाहते गोव्यात आहेत. दरवर्षी गोव्यात अनेक देशांतून जॅझ बँड येत असतात. जॅझ प्रेमींना ती पर्वणीच असते. गोव्यात 'गोवा जॅझ ॲकॅडमी' आहे. तिच्या माध्यमातून जॅझ संगीताचे अनेक कार्यक्रम होत असतात. तसेच गोव्यात इतरही काही स्थानिक बँड्स देखील प्रसिद्ध आहेत. साधारणपणे ऑक्टोबर ते मार्चपर्यंत त्यांचे ठिकठिकाणी आणि बऱ्याचदा उघड्यावर सायंकाळी जोरदार कार्यक्रम होत असतात. विशेष म्हणजे जवळपास नामशेष होत चाललेल्या संगीत नाटकांना गोव्यामध्ये अजूनही मानाचे स्थान आहे. गणेश उत्सवात किंवा काही स्थानिक देवदेवतांचे उत्सव असले, तर ठिकठिकाणी सायंकाळी संगीत नाटकाचे प्रयोग आवर्जून ठेवले जातात. त्यास बरीच गर्दी जमते.

आणखी एक निरीक्षण असे की, गोव्यात गीत संगीताच्या कार्यक्रमांना अत्यंत दर्दी लोक गर्दी करतात. निव्वळ टाईमपास म्हणून किंवा सभागृहाच्या खुर्च्या कुरतडून ठेवण्यासाठी एखाद्या मैफिलीला जावे, असा तिथे प्रघात नाही. त्यामुळे स्टेजवर गायकाचे गीत अथवा इतर संगीत चालू असेल त्यावेळी श्रोत्यांवर किंचित नजर फिरवली तर प्रत्येक जण त्याच्या त्याच्या देहबोलीतून, हातवाऱ्यांमधून अत्यंत तल्लीन झाल्याचे दिसून येते. गोव्यामध्ये संगीताचे जास्तीत जास्त कार्यक्रम हे मोफत असतात. कला अकादमीमध्ये अगदी एखादा दिग्गज गायक किंवा संगीतकार आला तरच तिकीट आकारले जाते. अर्थात तिकीट असले तरी गोव्यात गायनाची सभागृहे तुडुंब भरलेली असतात. संगीतावरचे आपले प्रेम गोवेकर खिशात ठेवत नाहीत, ते

भरभरून बाहेर देखील काढतात. आणि मग त्या मैफिलीच्या आनंदात स्वमग्न होऊन जातात.

गोव्यात गिटारचे भारी वेड. येथील तरुण, तरुणी अगदी सहजपणे गिटारच्या तारा छेडताना जागोजागी दिसून येतात. बऱ्याच वेळा अगदी उघड्यावर, बागबगींच्यामध्ये, वाद्यांच्या दुकानांमध्ये तरुण-तरुणी गिटार वादन करताना दिसतात. विशेषतः मावळतीच्या कातरवेळी गिटारची एखादी उंची सी मेजर कॉर्ड वातावरणात दिलखेचक लकेर उमटविते आणि त्यायोगे एखादा परदेशी गिटारवादक येणाऱ्या-जाणाऱ्यांचे अवधानावर अगदी बिनबोभाटपणे कब्जा करतो. अर्थात तो त्याच्या वादनात तल्लीन झालेला असतो. त्याला गर्दीशी, किंवा कोण आपले श्रोते झालेत याचे काही घेणेदेणे नसते!

एकंदरीत संगीतवेड्या गोव्याचा विचार केला तर एक गोष्ट प्रकर्षाने जाणवते की इथे संगीताला वाव देण्यासाठी, त्याची जोपासना होण्यासाठी घराघरातून जाणीवपूर्वक प्रयत्न केले जातात. येथे अजूनही गुरुशिष्य परंपरा अस्तित्वात आहे. पणजी येथील कला अकादमी ही गोवेकरांचा रास्त अभिमान असलेली एक समृद्ध संस्था. ही संस्था म्हणजे समस्त गोव्यातल्या कला आणि सांगीतिक चळवळीची राजधानी आहे. इथे गायन आणि वादनाचे विविध क्लासेस अगदी माफक फीमध्ये चालविले जातात.

माझ्या मते, स्वरमंगेश हा तीन दिवस चालणारा गोव्यातला संगीत महोत्सव म्हणजे अगदी कळसच. यात गायन, वादन आणि नृत्य यांचा दुग्धशर्करी मिलाफ असतो. पणजीच्या कला अकादमीत हा तीन दिवसांचा संगीतयज्ञ चालू असतो. अत्यंत सुप्रसिद्ध गायक कलाकार त्यासाठी आमंत्रित केले जातात. साधारणपणे डिसेंबरमध्ये हा स्वरमंगेश महोत्सव असतो. त्याला मला कधीच जाता आले नाही पण त्याबाबत माहिती वर्तमानपत्रातून मिळत गेली. त्यावरून त्याची व्याप्ती आणि महती कळली.

गोव्यात मडगाव, म्हापसा, साखळी या गावांमध्ये रवींद्र भवन नावाची नाट्यगृहे आहेत. साखळीतल्या रवींद्र भवनमध्ये जानेवारी २०२० मध्ये गोवा राज्य विधी सेवा प्राधिकरणातर्फे एक भलेमोठे कायदेविषयक शिबीर घेण्यात आले होते. त्यावेळी हे रवींद्र भवन

पाहण्याचा योग आला होता. विचारपूस करता समजले, साखळी गावची लोकसंख्या होती जेमतेम वीस-तीस हजार. आणि येथले रवींद्र भवन इतके अत्याधुनिक आणि भव्य असे होते, की मला राहून राहून आश्चर्य वाटत होते. इतक्या लहान गावात इतके मोठे नाट्यगृह. भलामोठा स्टेज, जवळपास आठशे न फाटलेल्या खुर्च्या, अत्याधुनिक ध्वनीयंत्रणा. तसेच बाहेरच्या बाजूला विस्तीर्ण बाग बगीचा. न फाटलेला खुर्च्या असे मी अधिकारवाणीने बोलू शकतो कारण कार्यक्रम व्यवस्थित पार पडावा म्हणून येथील खुर्चीनखुर्ची कार्यक्रमाच्या एक दिवस अगोदर तपासून पाहिली गेली होती. गोवेकरांच्या कलासक्तीचे आणि कलास्थेचे ते प्रतीक आहे.

असो. इथे नाईलाजाने या लेखाचा समारोप करावा लागेल. संगीत म्हणजे गोव्याचा जीव की प्राण. त्यावर आकाशाएवढा कागद आणि समुद्राएवढी शाई वापरली तरीही पूर्ण लिहून होणार नाही. ही अतिशयोक्ती नाही. यावर विश्वास बसत नसेल त्यांनी आठवडाभर गोव्यात राहून पाहावे. मग समजेल गोव्याच्या रोमारोमांत किती स्वरसंगीत आहे ते. गोव्यातल्या कलारत्नांकडे पाहिले तर असे वाटते गोव्यातल्या लोकांनी स्वप्रतिमेपेक्षा स्वप्रतिभेची जास्त उपासना केलीय. कवडीची प्रतिभा नसताना मीडियाद्वारे केवळ प्रतिमा लोकांसमोर उभी करण्याचा आटोकाट प्रयत्न करणारे आणि कधीकधी त्या प्रयत्नात यशस्वीही होणारे बरेच असतात. गोव्यात याच्या उलट पाहायला मिळते. प्रतिभा असूनदेखील कोणी प्रतिमेच्या मागे लागले, असे गोव्यात दिसून येत नाही. हीच खरी कलोपासना. ज्ञानेश्वर महाराज म्हणतात, विश्वाचे आर्त माझ्या मनी प्रकाशले. काहीशी अशीच अनुभूती इथे मिळते. संगीतमय गोव्यात, कानाकोपऱ्यांतून संगीताचे आर्त श्रोत्यांच्या मनी प्रकाशत असते!

◆